செட்டிநாட்டு அசைவ சமையல்

காஞ்சனமாலா

செட்டிநாட்டு அசைவ சமையல்
Chettinattu Asaiva Samayal
by Kanchanamala ©

First Edition: December 2013
128 Pages
Printed in India.

ISBN: 978-93-5135-160-3
Title No: Kizhakku 747

Kizhakku Pathippagam
177/103, First Floor,
Ambal's Building, Lloyds Road
Royapettah, Chennai 600 014.
Ph: +91-44-4200-9603

Email : support@nhm.in
Website : www.nhm.in

Kizhakku Pathippagam is an imprint of New Horizon Media Private Limited

This book is sold subject to the condition that it shall not, by way of trade or otherwise, be lent, resold, hired out, or otherwise circulated without the publisher's prior written consent in any form of binding or cover other than that in which it is published and without a similar condition including this the rights under copyright reserved above, no part of this publication may be reproduced, stored in or introduced into a retrieval system, or transmitted in any form or by any means (electronic, mechanical, photocopying, recording or otherwise), without the prior written permission of both the copyright owner and the above-mentioned publisher of this book.

செட்டிநாட்டு அசைவ சமையல்

காஞ்சனமாலா

ஆட்டுக்கறி வதக்கல், வறுவல் பொரியல் வகைகள்

செட்டிநாட்டு சிக்கன் சமையல்

செட்டிநாட்டு முட்டை சமையல்

முன்னுரை

தமிழர் சமையலில் ஒவ்வொரு வட்டாரத்துக்கும் ஒவ்வொரு விதமான சமையல் உண்டு. கொங்கு சமையல், நெல்லை சமையல், மதுரை சமையல் என்று விதவிதமான சமையல் விதங்களில் செட்டிநாட்டு சமையல் என்பது எல்லாவற்றுக்கும் மகுடம் வைத்தது போன்ற மிகுந்த தனித்துவம் கொண்டது. இது மிக மிகப் பிரசித்தி பெற்ற சமையலும்கூட.

செட்டி நாட்டினரின் பிரமாண்டமான வீடுகள், விருந்தோம்பல் பண்பு, பெருமைமிக்க பழக்க வழக்கங்களைப் போலவே, பாரம் பரிய செட்டிநாட்டு சமையலும் மிகவும் புகழ்பெற்றது. செட்டி நாட்டுச் சமையல் என்பது வாசனைச் சரக்குகளும் நறுமணப் பண்புகளும் நிறைந்த ஒரு இந்திய சமையல் வகையாகும். செட்டி நாட்டு உணவுக்கு சுவை கூட்டுவது, அவ்வப்போது அரைத்துச் சேர்க்கும் காரமும் நெடியும் நிறைந்த மசாலாக்கள் மற்றும் மண் சட்டி பானைகள் உபயோகம்தான்.

காலம் காலமாக தலைமுறை தலைமுறையாக தாய்வழி மரபில் பல தலைமுறைகள் தாண்டி செய்முறை பக்குவம் கொண்டவை செட்டிநாட்டு உணவுகள். அதிலும் அசைவ சமையல் என்றாலே அது அட்டகாசமான செட்டிநாட்டு சமையல்தான் என்பதில் எந்தக் கருத்து வேறுபாடும் இல்லை.

அத்தனை பெருமைமிக்க செட்டிநாட்டு சமையல் சூட்சுமம் இப் போது உங்கள் கைகளில். செட்டிநாட்டின் ஒட்டுமொத்த அசைவ சமையலுக்குமான, மட்டன், சிக்கன், முட்டை, மீன் என சகலவகைகளிலும் தினுசு தினுசான சமையல் குறிப்புகளை இந்தப் புத்தகத்தில் அள்ளிப் பரிமாறியிருக்கிறோம்.

இந்தப் புத்தகம் உங்கள் கையிலிருந்தால் செட்டிநாட்டு அசைவ சமையலின் ஒட்டுமொத்த அத்தாரிட்டி நீங்கள்தான். சமைத்து அசத்துங்கள். பாராட்டுகளை அள்ளிக் குவியுங்கள்

வாருங்கள், முதலில் நாம் சுவையான சூப் வகைகளிலிருந்து செட்டிநாட்டு அசைவ சமையலைத் தொடங்குவோம்.

செட்டிநாட்டு சூப் வகைகள்

1. மட்டன் எலும்பு சூப்

உடலுக்கு நல்ல வலு சேர்ப்பதுடன், சளி, ஜூரத்துக்கும் இத மானது இந்த சூப். பசியைத் தூண்டும்.

தேவையான பொருள்கள்:

ஆட்டுக்கறி நெஞ்செலும்பு	–	½ கிலோ
பெரிய வெங்காயம்	–	1 (நீளமாக நறுக்கியது)
தக்காளி	–	2 (நறுக்கியது)
பச்சை மிளகாய்	–	2
துவரம் பருப்பு	–	100 கிராம்
சீரகம்	–	அரை ஸ்பூன்
மிளகு	–	அரை ஸ்பூன்
எண்ணெய்	–	50 கிராம்
கறிவேப்பிலை, கொத்தமல்லி	–	கைப்பிடி அளவு
மஞ்சள் தூள்	–	சிட்டிகை அளவு
உப்பு	–	தேவையான அளவு

சமைக்கும்விதம்:

❖ மட்டன் எலும்பை நன்கு கழுவி சுத்தம் செய்து கொள்ளவும்.

❖ வெங்காயத்தை நீளவாக்கில் நறுக்கிக்கொள்ளவும். கூடவே தக்காளியையும் நறுக்கி வைத்துக் கொள்ளலாம். பச்சை மிளகாயை குறுக்கில் வெட்டி வைக்கவும்.

❖ அடுத்து அடுப்பில் வாணலி வைத்து இரண்டு ஸ்பூன் எண் ணெய் ஊற்றி காய வைத்து அதில் மிளகு, சீரகம் போட்டுத் தாளிக்கவும்.

❖ தாளித்த பிறகு அதில் வெங்காயம், தக்காளி, பச்சை மிளகாயை ஒன்றன் பின் ஒன்றாக போட்டு வதக்கவும். எலும்பைப் போட்டு புரட்டிக்கொள்ளவும். கூடவே துவரம் பருப்பு, மஞ்சள் பொடி போட்டு தேவையான அளவு உப்பு சேர்க்கவும். இரண்டு தம்ளர் தண்ணீர் ஊற்றிக் கொதிக்கவிடவும். மட்டன் எலும்பு நன்கு வெந்த பிறகு கருவேப்பிலை, கொத்தமல்லி தூவி இறக்கவும். கமகமக்கும் மட்டன் எலும்பு சூப் தயார்.

2. கோழிச் சாறு

செட்டிநாட்டு கிராமப்புறங்களில் படு பிரசித்தமானது இந்தக் கோழிச்சாறு. காரசாரமான இந்த சூப் சளிக்கு மிகச் சிறந்த நிவாரணம். நாக்கில் நீர் சொட்ட வைக்கும் கோழிச்சாறின் செய்முறை ரொம்ப சுலபம்தான். வாருங்கள் சமைத்துப் பார்ப்போம்.

தேவையான பொருள்கள்:

கோழிக்கறி	– ½ கிலோ
சின்ன வெங்காயம்	– 10
தக்காளி	– 1
கடலைப் பருப்பு	– 1 ஸ்பூன்
காய்ந்த மிளகாய்	– 3
மிளகு	– 1 டேபிள் ஸ்பூன்
சீரகம், தனியா	– தலா 2 ஸ்பூன்
வெந்தயம்	– ½ ஸ்பூன்
பூண்டு	– 8 பல்
கறிவேப்பிலை	– 10
மஞ்சள் தூள்	– 1 சிட்டிகை
எண்ணெய்	– 1 டேபிள் ஸ்பூன்
உப்பு	– தேவையான அளவு

சமைக்கும்விதம்:

❖ முதலில் கோழியை நன்கு சுத்தம் செய்து நிறைய தண்ணீர் விட்டு அலசிக் கொள்ளவும். பின் சுத்தம் செய்த கோழியை நசுக்கி, சின்னச் சின்னத் துண்டுகளாகப் பிய்த்து வைக்கவும்.

❖ வெங்காயம், தக்காளியை நறுக்கிக் கொள்ளவும்.

❖ அடுத்ததாக கடலைப்பருப்பு, காய்ந்த மிளகாய், மிளகு, சீரகம், தனியா, வெந்தயம் எல்லாவற்றையும் வெறும் வாணலியில் போட்டு சிவக்க வறுக்கவும்.

❖ வறுத்த பொருள்களை மிக்சியில் போட்டுப் பொடித்துக் கொண்டு, கூடவே அரிந்து வைத்துள்ள வெங்காயம், பூண்டு, கறிவேப்பிலையைச் சேர்த்து மழமழப்பாக அரைக்கவும்.

❖ பிறகு குக்கரில் எண்ணெய் விட்டுச் சூடானதும், கோழிக் கறியைப் போட்டு வதக்கவும். கறி வதங்கியதும் நறுக்கி வைத்துள்ள தக்காளி, அரைத்து வைத்துள்ள விழுதையும் போட்டு மேலும் வதக்கவும். பிறகு நான்கு தம்ளர் தண்ணீர் விடவும். சிட்டிகை மஞ்சள் தூள், உப்பு சேர்த்து குக்கரை மூடவும். கால் மணிநேரம் கழித்து இறக்கவும்.

❖ மேலே கொத்துமல்லித்தழை தூவி சுடச் சுட பருகத் தரவும். காரசாரமான இந்த கோழிச் சாறு சளி ஜுரத்துக்கு மிகவும் சுகமாக இருக்கும்.

3. ஆட்டுக்கால் சூப்

தேவையான பொருள்கள்:

ஆட்டுக்கால்	– ஒரு ஆட்டுக்கால் (4)
பெரிய வெங்காயம்	– 2
தக்காளி	– 4
பச்சை மிளகாய்	– 2
மிளகு	– அரை ஸ்பூன்
சீரகம்	– 1 ஸ்பூன்
சோம்பு	– அரை ஸ்பூன்
பட்டை, லவங்கம், ஏலக்காய்	– தலா 1
தனியாத்தூள்	– அரை ஸ்பூன்
மஞ்சள் தூள்	– கால் ஸ்பூன்
இஞ்சி, பூண்டு விழுது	– 1 ஸ்பூன்
எண்ணெய்	– 50 கிராம்

உப்பு   – தேவையான அளவு

கருவேப்பிலை,

கொத்தமல்லி   – கைப்பிடி அளவு

சமைக்கும்விதம்:

❖ முதலில் ஆட்டுக்காலைநன்கு கழுவி அதன் மேல் கொஞ்சம் கூட உரோமம் இல்லாமல் நன்கு சுரண்டி சுத்தம் செய்து கொள்ளவும்.

❖ பின் மிளகு, சீரகம், சோம்பு, பட்டை, லவங்கம், ஏலக்காய் எல்லாவற்றையும் சேர்த்து பொடித்துக்கொள்ளவும்.

❖ அடுத்து குக்கரை அடுப்பில் வைத்து தேவையான அளவு எண்ணெய் ஊற்றவும். எண்ணெய் காய்ந்ததும் பொடி செய்த தூளைப் போட்டு, வெங்காயம், பச்சை மிளகாய் சேர்த்து வதக்கவும். கூடவே இஞ்சி பூண்டு விழுதைச் சேர்த்து அதன் பச்சை வாசனை போக வதக்கவும்.

❖ அடுத்து அதனுடன் தக்காளி சேர்த்து கூழாகும் வரை வதக்கி விட்டு, பிறகு ஆட்டுக்கால் சேர்க்கவும். அதன் மேல் மஞ்சள் தூள், தனியாத்தூள், தேவையான அளவு உப்பு சேர்த்து நன்கு வதக்கவும். கடைசியாக நான்கு தம்ளர் தண்ணீர் ஊற்றி கருவேப்பிலை கொத்தமல்லியும் போட்டு குக்கரை மூடவும்.

❖ குக்கரில் எட்டு முதல் பத்து விசில் விட்டு, இறக்கிவிடவும். வடிகட்டி ஆவி பறக்க சூடாகப் பரிமாறவும். ஆஹா என்ன ருசி!

4. செட்டிநாட்டு கோழி ரசம்

இந்த செட்டிநாட்டு கோழி ரசத்துக்கு கோழி எலும்புத் துண்டுகளே போதுமானது. தேவைப்பட்டால் கோழி இறைச்சியையும் சேர்த்துக் கொள்ளலாம்.

தேவையான பொருள்கள்:

கோழிக் கறி

எலும்புத் துண்டுகள்   – 200 கிராம்

பெரிய வெங்காயம்   – 2

தக்காளி   – 3

இஞ்சி   – 1 அங்குலத் துண்டு

பச்சை மிளகாய்   – 2

பூண்டு   – 6 பல்

மஞ்சள் தூள்   – ஒரு சிட்டிகை

மிளகாய் தூள்   – 1 ஸ்பூன்

மிளகுத் தூள்   – 2 ஸ்பூன்

சீரகத் தூள்   – 1 ஸ்பூன்

உப்பு   – தேவையான அளவு

தாளிக்க...

சோம்பு   – அரை ஸ்பூன்

பட்டை   – 1

இலை   – 1

சமைக்கும்விதம்:

❖ கோழிக் கறி எலும்புகளை நன்கு கழுவி சுத்தம் செய்து கொள்ளவும்.

❖ வெங்காயம், தக்காளி, இஞ்சியை பொடியாக நறுக்கி வைக்க வும். பூண்டை நசுக்கி வைக்கவும். பச்சை மிளகாயை கீறிக் கொள்ளவும்.

❖ அடுத்து வாணலியை அடுப்பில் வைத்து எண்ணெய் ஊற்றிக் காய்ந்ததும் சோம்பு, பட்டை, இலை தாளித்து, வெங்காயம், தக்காளி, நசுக்கி வைத்த பூண்டு, இஞ்சி, பச்சை மிளகாய் போட்டு சிறு தீயில் நன்கு வதக்கவும்.

❖ நன்கு வதங்கியதும் கோழி எலும்புகளைப் போட்டுக் கிளறி கூடவே மஞ்சள் தூள், மிளகாய் தூள், தேவையான அளவு உப்பு சேர்த்துக் கிளறி 4 தம்ளர் தண்ணீர் சேர்த்துக் கொதிக்க விடவும்.

❖ தண்ணீர் நன்கு கொதித்ததும் மிளகு, சீரகத் தூளை சேர்க்கவும்.

❖ கறி நன்றாக வெந்ததும் கருவேப்பிலை, கொத்தமல்லி தூவி இறக்கிவிடவும். சுடச் சுட பரிமாறவும். சளி, தொண்டை கரகரப்புக்கு இது இதமானது. நன்கு பசியைத் தூண்டும்.

தேவையான பொருள்கள்:

நண்டு	– ½ கிலோ (5 நண்டுகள்)
பெரிய வெங்காயம்	– 2
சின்ன வெங்காயம்	– 100 கிராம்
தக்காளி	– 3
இஞ்சி, பூண்டு விழுது	– ஒரு டேபிள் ஸ்பூன்
பச்சை மிளகாய்	– 2
மிளகுத் தூள்	– 1 ஸ்பூன்
சீரகத் தூள்	– 1 ஸ்பூன்
மிளகாய் தூள்	– 1 ஸ்பூன்
தேங்காய் துருவல்	– 4 டேபிள் ஸ்பூன்
மஞ்சள் தூள்	– சிட்டிகை அளவு
சீரகம் (தாளிக்க)	– 1 ஸ்பூன்
எண்ணெய்	– 50 கிராம்
உப்பு	– தேவையான அளவு
கருவேப்பிலை, கொத்தமல்லி	– கைப்பிடி அளவு

சமைக்கும்விதம்:

❖ நண்டை உடைத்து நன்கு சுத்தம் செய்து கழுவி வைத்துக் கொள்ளவும்.

❖ அடுத்து பெரிய வெங்காயம், 2 தக்காளியை பொடியாக நறுக்கி வைத்துக்கொள்ளவும்.

❖ அதற்குப் பிறகு 100 சின்ன வெங்காயம், ஒரு தக்காளி, தேங் காய் துருவல் மூன்றையும் ஒன்றாக மை போல மழமழப்பாக அரைத்துக்கொள்ளவும்.

❖ பின் வாணலியை அடுப்பில் வைத்து எண்ணெய் ஊற்றி காய்ந்ததும் கடுகு உளுந்து, சீரகம் போட்டு தாளிக்கவும். வெங்காயத்தைப் போட்டு பொன் கலரில் வதக்கவும். கூடவே இஞ்சி பூண்டு விழுதைப் போட்டு பச்சை வாசனை போகும்

வரை வதக்கவும். அடுத்து நறுக்கி வைத்துள்ள தக்காளியை போட்டு நன்கு கூழாகும்வரை வதக்கவும்.

❖ எல்லாம் வதங்கிய பின் மஞ்சள் பொடி, மிளகாய் தூள், மிளகு, சீரகப் பொடி அனைத்தையும் போட்டு கிளறவும். இப்போது சுத்தம் செய்து வைத்துள்ள நண்டைச் சேர்த்து மசாலா அதில் கலக்குமாறு கிளறி விடவும். கூடவே அரைத்து வைத்துள்ள தேங்காய் கலவையை சேர்த்துக் கிளறவும். நண்டு மூழ்கும் வரை தண்ணீர் ஊற்றி சிறு தீயாக வைத்து வேகவிடவும்.

❖ நண்டு நன்கு வெந்தபின் மேலாக கருவேப்பிலை, கொத்த மல்லி தழை தூவி இறக்கவும். சுவையான நண்டு ரசம் தயார்.

6. ஈரல் எலும்பு சூப்

தேவையான பொருள்கள்

ஈரல், எலும்பு	–	150கிராம்
வெங்காயம்	–	1
தக்காளி	–	1
இஞ்சி, பூண்டு விழுது	–	1 டேபிள் ஸ்பூன்
எண்ணெய்	–	3 டேபிள் ஸ்பூன்
கருவேப்பிலை, கொத்தமல்லி	–	கைப்பிடி அளவு
உப்பு	–	தேவையான அளவு
மிளகுத் தூள்	–	2 ஸ்பூன்

சமைக்கும்விதம்:

❖ முதலில் வெங்காயத்தை பொடியாக நறுக்கி வைத்துக் கொள்ளவும். பின் தக்காளியை தனியே கைப்பிடி அளவு கரு வேப்பிலை, கொத்தமல்லியுடன் சேர்த்து அரைத்து வைத்துக் கொள்ளவும்.

❖ அடுத்து அடுப்பில் குக்கர் வைத்து எண்ணெய் ஊற்றி காய்ந்த பின்பு வெங்காயம் கறிவேப்பிலையை போட்டு வதக்கவும். பின் கூடவே ஈரல் மற்றும் எலும்பைச் சேர்த்து சற்று நேரம் வதக்கவும். பிறகு அரைத்து வைத்துள்ள தக்காளி விழுதை

ஊற்றிப் பிரட்டவும். அதனுடன் சூப் தேவைப்படும் அளவுக்கு தண்ணீர் ஊற்றி, தேவையான அளவு உப்பைப் போடவும்.

❖ ஈரல், எலும்பு நன்கு வெந்ததும் அதன் மேல் மிளகுத்தூள் மற்றும் கொத்தமல்லி தூவி இறக்கவும். கம கம வாசனை யுடன் காரசாரமான ஈரல் எலும்பு சூப் ரெடி. அப்படியே சூடாக பரிமாறவும்.

❖ இந்த சூப் கர்ப்பிணி பெண்களுக்கு மிக மிக நல்லது. குழந்தை கள் மற்றும் முதியவர்களுக்கும் உடல் உரத்துக்கு நலன் தருவது.

7. மண்ணீரல் சூப்

தேவையான பொருள்கள்

ஆட்டு மண்ணீரல்	– 1
சின்ன வெங்காயம்	– 150 கிராம்
பச்சை மிளகாய்	– 2
மிளகுத் தூள்	– 2 ஸ்பூன்
சீரகத்தூள்	– 1 ஸ்பூன்
இஞ்சி	– ஒரு அங்குலத் துண்டு
பூண்டு	– 8 பல்
பட்டை, லவங்கம், பிரியாணி இலை	– தலா ஒன்று
உப்பு	– தேவையான அளவு
எண்ணெய்	– 2 டேபிள் ஸ்பூன்
மஞ்சள் தூள்	– ½ ஸ்பூன்

சமைக்கும்விதம்:

❖ மண்ணீரலை நன்கு செய்து துண்டுகளாக்கிக் கொள்ளவும்.

❖ வெங்காயத்தை இரண்டு நான்காக நறுக்கிக் கொள்ளவும். ப. மிளகாயை கீறி வைக்கவும். இஞ்சி, பூண்டை நசுக்கி வைக்கவும்.

❖ பின் அடுப்பில் வாணலி வைத்து எண்ணெய் விட்டுக் காய்ந்த தும் பட்டை, இலவங்க பிரியாணி இலை போட்டு தாளிக்க

வும். பின் வெங்காயம் சேர்த்து வதக்கவும், வெங்காயம் பொன்னிறமாக வதங்கியதும் கூடவே மண்ணீரலைப் போட்டு, அதனுடன் மஞ்சள்தூள், ப.மிளகாய், நசுக்கி வைத்த இஞ்சி, பூண்டு எல்லாவற்றையும் சேர்த்துக் கிளறவும். எவ்வளவு சூப் தேவையோ அவ்வளவுக்கு தண்ணீர் சேர்த்து கொதிக்கவிடவும். சூப் கொதித்து மண்ணீரல் வெந்ததும் மிளகு, சீரகப் பொடியை சூப்பின் மேல் சேர்க்கவும். கருவேப் பிலை, கொத்தமல்லியைத் தூவி இறக்கவும். மண்ணீரல் சூப் ரெடி. சூடாகப் பரிமாறவும்.

8. செட்டிநாட்டு மீன் சூப்

தேவையான பொருள்கள்:

வஞ்சிரம் மீன்	– ¼ கிலோ
தக்காளி	– 2
மிளகு	– 2 டீஸ்பூன்
சீரகம்	– 1 டீஸ்பூன்
பூண்டு	– 10 பல்
காய்ந்த மிளகாய்	– 5
புளி	– சிறு எலுமிச்சை அளவு
கடுகு, உளுந்தப் பருப்பு	– ½ ஸ்பூன்
மஞ்சள் பொடி	– ½ டீஸ்பூன்
எண்ணெய்	– 2 டீஸ்பூன்
உப்பு	– தேவையான அளவு
கொத்தமல்லி	– கைப்பிடி அளவு

சமைக்கும்விதம்:

❖ முதலில் மீனை நன்றாகக் கழுவி துண்டுகளாக்கிக் கொள்ள வும்.

❖ அடுத்து தக்காளியை பொடியாக நறுக்கிக்கொள்ளவும். மிளகு, சீரகம், பூண்டை நன்கு நசுக்கி வைத்துக்கொள்ளவும்.

❖ புளியை 2 தம்ளர் தண்ணீரில் கரைத்து அதில் நசுக்கி வைத் துள்ள மிளகு, சீரகம், பூண்டு, மஞ்சள் பொடி, உப்பு மற்றும் நறுக்கிய தக்காளி சேர்த்து கொதிக்கவிடவும். தண்ணீர்

கொதித்து நுரை வரும் சமயத்தில் மீன் துண்டுகளை
சேர்க்கவும்.

❖ மீன் வெந்து மேலே மிதக்கும்போது இறக்கிவிடவும். தாமதித்
தால் மீன் கரைந்து விடும். பின் வாணலியில் எண்ணெய் விட்டு
கடுகு உளுத்தம் பருப்பு, காய்ந்த மிளகாய் கிள்ளிப் போட்டு
தாளிக்கவும். தாளிப்பை சூப்பில் ஊற்றவும். கொத்தமல்லி
தூவி பரிமாறவும்.

செட்டிநாட்டு பிரியாணி வகைகள்

9. செட்டிநாட்டு ஆட்டுக்கறி பிரியாணி

தேவையான பொருள்கள்:

ஆட்டுக்கறி	– 1 கிலோ
பிரியாணி அரிசி	– 1 கிலோ
சின்ன வெங்காயம்	– ¼ கிலோ
தக்காளி	– ¼ கிலோ
பச்சை மிளகாய்	– 100 கிராம் (10 முதல் 12 மிளகாய்)
இஞ்சி பூண்டு விழுது	– 3 டேபிள் ஸ்பூன்
பட்டை, லவங்கம்,	
பிரியாணி இலை	– தலா 2
ஏலக்காய்	– 3
புதினா	– கைப்பிடி அளவு
கொத்தமல்லித் தழை	– கைப்பிடி அளவு
சோம்பு	– ½ ஸ்பூன்
தேங்காய்ப் பால்	– 2 கப்
மஞ்சள் தூள்	– சிட்டிகை அளவு
நெய்	– 50 கிராம்
எண்ணெய்	– 100 கிராம்
உப்பு	– தேவையான அளவு

சமைக்கும்விதம்:

❖ ஆட்டுக்கறியை சுத்தம் செய்து துண்டுகளாக்கி வைத்துக் கொள்ளவும். வெங்காயம், தக்காளியை நறுக்கிக் கொண்டு, பச்சை மிளகாயை கீறி வைத்து தயாராகவும்.

❖ அடுத்து குக்கரில் நெய் மற்றும் எண்ணெயை ஊற்றி சோம்பு, பட்டை, லவங்கம், ஏலக்காய், பிரியாணி இலை தாளிக்கவும். வெங்காயம், இஞ்சி, பூண்டு விழுது சேர்த்து வதக்கவும். விழுது பச்சை வாசனை போகும்வரை வதக்கி பின் தக் காளியை சேர்த்து வதக்கவும். மஞ்சள் தூள், புதினா, கொத்த மல்லி போட்டு வதக்கி ஆட்டுக்கறியைச் சேர்த்துக் கிளறவும். பின் ஒரு தம்ளர் சுடுநீர் சேர்த்து தேவையான அளவு போட்டு வேகவிடவும்.

❖ ஆட்டுக்கறி நன்கு வெந்த பிறகு, தேங்காய்ப் பால் ஊற்றவும். பின் பிரியாணி அரிசியைக் கழுவி களைந்து போடவும். தண்ணீர் ஊற்றவும். ஒரு தம்ளர் அரிசிக்கு ஒரு தம்ளர் தண்ணீர் என்பது கணக்கு. பிரியாணிக்கு தேவையான அளவு உப்பு சேர்த்து குக்கரை மூடி போட்டு போடவும். 2 விசில் விட்டு இறக்கவும்.

❖ ஆஹா! கமகமக்கும் வாசனையுடன் செட்டிநாட்டு ஆட்டுக்கறி பிரியாணி ரெடி. தொட்டுக்கொள்ள வெங்காயப் பச்சடி சரியான காம்பினேஷன்.

10. செட்டிநாட்டு ஆட்டுக்கறி தனியா பிரியாணி

தேவையான பொருள்கள்:

ஆட்டுக்கறி	– 1 கிலோ
பிரியாணி அரிசி	– 1 கிலோ
தேங்காய் பால்	– 3 கப்
வெங்காயம்	– ¼ கிலோ
தக்காளி	– 300 கிராம்
பச்சை மிளகாய்	– 15
இஞ்சி பூண்டு விழுது	– 6 ஸ்பூன்
தனியா	– 200 கிராம்

பட்டை, லவங்கம், ஏலக்காய்	– தலா 3
பிரியாணி	– 3
நெய்	– 100 கிராம்
எண்ணெய்	– 100 கிராம்
மஞ்சள் தூள்	– 1 சிட்டிகை
புதினா, கொத்தமல்லி தழை	– தலா 1 கட்டு
உப்பு	– தேவையான அளவு

செய்முறை:

❖ குக்கரில் ½ லிட்டர் தண்ணீர் ஊற்றி தனியாவை 15 நிமிஷம் வேகவைக்கவும். பின் தனியாவை வடிகட்டி அந்தத் தண் ணீரை மட்டும் தனியே எடுத்துக் கொள்ளவும்.

❖ அடுத்து குக்கரில் எண்ணெய் மற்றும் நெய் ஊற்றி காய்ந்ததும் பட்டை, லவங்கம், ஏலக்காய், பிரியாணி இலை தாளித்து இஞ்சி பூண்டு விழுது சேர்த்து வதக்கவும். பின் வெங்காயம், தக்காளி, பச்சை மிளகாயை ஒன்றன் பின் ஒன்றாகப் போட்டு வதக்கவும். கூடவே ஆட்டுக்கறியைச் சேர்த்துப் பிரட்டவும்.

❖ வதக்கிய கலவையுடன் அரை தம்ளர் தண்ணீர் விட்டு 4 விசில் வரை கறியை வேகவிடவும். பிறகு அதனுடன் களைந்து வைத்த பிரியாணி அரிசியைப் போடவும். அதனுடன் தனியா தண்ணீர்3 தம்ளர், 3 கப் தேங்காய் பால் ஊற்றவும். தேவை யான அளவு உப்பு சேர்த்து குக்கரை மூடி ஒரு விசில் விட்டு இறக்கவும். கொத்தமல்லித் தூவி பரிமாறவும்.

11. செட்டிநாட்டு மிளகு கறி சாதம்

தேவையான பொருள்கள்:

ஆட்டுக்கறி	– ½ கிலோ
அரிசி	– ½ கிலோ
பெரிய வெங்காயம்	– 2
தக்காளி	– 1
பச்சை மிளகாய்	– 2
இஞ்சி, பூண்டு விழுது	– 2 ஸ்பூன்

தேங்காய் துறுவல்	– ¼ கப்
மிளகு	– 3 ஸ்பூன்
சீரகம்	– 1 ஸ்பூன்
கசகசா	– 1 ஸ்பூன்
மஞ்சள் தூள்	– 1 ஸ்பூன்
கரம் மசாலா தூள்	– ½ ஸ்பூன்
கருவேப்பிலை, கொத்தமல்லித் தழை	– கைப்பிடி அளவு
எண்ணெய்	– 50 கிராம்
உப்பு	– தேவையான அளவு

சமைக்கும்விதம்:

❖ முதலில் அரிசியைக் களைந்து குக்கரில் போட்டு உதிர் உதிராக சாதம் வடித்து ஆற வைத்துக்கொள்ளவும்.

❖ அடுத்து மிளகு, சீரகம், தேங்காய் பூ, கசகசா எல்லாவற்றையும் சேர்த்து நன்கு அரைத்துக் கொள்ளவும்.

❖ பின் கறியை சுத்தம் செய்து துண்டுகளாக்கிக் கொண்டு அந்தக் கறியுடன் அரைத்த விழுது, தயிர், ஒரு ஸ்பூன் இஞ்சி பூண்டு விழுது, கீறிய பச்சமிளகாய் சேர்த்துப் பிரட்டி 10 நிமிடம் ஊறவிடவும்.

❖ அனைத்தும் தயரானதும் அடுப்பில் குக்கர் வைத்து எண்ணெய் ஊற்றி காய்ந்ததும், பட்டை, லவங்கம், ஏலக்காய், பிரியாணி இலை போட்டு தாளிக்கவும். பின் வெங்காயம், தக்காளி, மற்றொரு ஸ்பூன் இஞ்சி பூண்டு விழுது போட்டு பச்சை வாசனை போக வதக்கவும்.

❖ பிறகு கலவையில் ஊறவைத்த கறியைச் சேர்த்துக் கிளறவும். ஒரு கப் தண்ணீர் ஊற்றி சிம்மிலே வேகவிடவும். கறி நன்கு வெந்து கிரேவியானதும் உதிராக ஆற வைத்துள்ள சாதத்தை கொஞ்சம் கொஞ்சமாகப் போட்டு கலக்கவும். மேலாக கொத்தமல்லித் தழை தூவவும்.

❖ அவ்வளவுதான்; சுவையான மிளகு சாதம் ரெடி.

தேவையான பொருள்கள்:

பிரியாணி அரிசி	– ½ கிலோ
கோழிக் கறி	– ½ கிலோ
வெங்காயம்	– ¼ கிலோ
தக்காளி	– ¼ கிலோ
பச்சை மிளகாய்	– 5
புதினா	– 1 கட்டு
கொத்தமல்லித் தழை	– 2 கைப்பிடி அளவு
இஞ்சி, பூண்டு விழுது	– 50 கிராம்
ஏலக்காய்	– 2
பட்டை, லவங்கம், மராட்டி மொக்கு, அன்னாசிப்பூ	– தலா 2
கடல்பாசி	– ½ டேபிள் ஸ்பூன்
மிளகாய்த்தூள்	– 2 தேக்கரண்டி
தனியாத்தூள்	– 4 தேக்கரண்டி
மஞ்சள்தூள்	– ½ தேக்கரண்டி
தயிர்	– 1 கப்
எண்ணெய்	– 50 கிராம்
உப்பு	– தேவையான அளவு

சமைக்கும்விதம்:

❖ கோழிக்கறியை சுத்தம் செய்து துண்டுகளாக்கிக் கொண்டு அதில் கத்தியால் கீறிக்கொள்ளவும். அப்போதுதான் அதில் மசாலா நன்கு ஊறி சுவையாக இருக்கும்.

❖ வெங்காயம், தக்காளியை பொடியாக நறுக்கி வைக்கவும். பச்சை மிளகாயை கீறி வைக்கவும்.

❖ அடுத்து குக்கரை அடுப்பில் வைத்து 2 ஸ்பூன் எண்ணெய் விட்டு பட்டை, லவங்கம், மராட்டி மொக்கு, அன்னாசிப் பூ, ஏலக்காய், கடற்பாசி சேர்த்து நன்கு வதக்கவும். பின்னர்

பொடியாக நறுக்கி வைத்துள்ள வெங்காயத்தைப் போட்டு பொன்னிறமாக வதக்கவும். அடுத்து தக்காளி சேர்த்து நன்கு கூழாகுமாறு வதக்கிக் கொள்ளவும்.

❖ எல்லாம் வதங்கிய பின் மஞ்சள் தூள், மிளகாய்த்தூள், தனியாத்தூள் சேர்த்து சிறிது தண்ணீர் தெளித்து, பச்சை வாசனை போகுமளவு நன்கு கிளறவும். பின்னர் கொத்த மல்லி, புதினா சேர்த்து வதக்கவும். அடுத்து சுத்தம் செய்து வைத்துள்ள சிக்கன் சேர்த்து நன்றாகக் கிளறி சிக்கன் நிறம் மாறும்வரை வதக்கவும். பின் ½ தம்ளர் தண்ணீர் ஊற்றவும். தேவையான அளவு கலக்கவும்.

❖ சிக்கன் பாதியளவு வெந்த பிறகு, பச்சைமிளகாயைச் சேர்க்க வும். திக்கான மசாலா கலவையுடன் சிக்கன் கொதிக்கும் போதே, கழுவி வைத்துள்ள அரிசியைச் சேர்த்து கலக்கவும்.

❖ ஒரு கப் அரிசிக்கு 1 ½ கப் அளவில் தண்ணீர் சேர்த்து மூடி விடவும். அரிசி முக்கால் பதம் வெந்ததும் மூடியைத் திறந்து தயிரைச் சேர்த்து கிளறவும்.

❖ ஒரு விசில் வந்ததும் இறக்கிவிடவும். மூடியைத் திறந்து புதினா, கொத்தமல்லித்தழைகளை அதன் மேல் தூவி பரிமாற வும். சூடான சுவையான செட்டிநாட்டு சிக்கன் பிரியாணி ரெடி.

13. செட்டிநாட்டு சிக்கன் புலாவ்

தேவையான பொருள்கள்:

கோழிக்கறி	–	½ கிலோ
பிரியாணி அரிசி	–	2 கப்
வெங்காயம்	–	2
பச்சை மிளகாய்	–	4
இஞ்சி, பூண்டு இழுது	–	1 ஸ்பூன்
புதினா	–	கைப்பிடி அளவு
ஏலக்காய் தூள்	–	½ ஸ்பூன்
ஜாதிக்காய் தூள்	–	½ ஸ்பூன்
மஞ்சள்தூள்	–	¼ டீஸ்பூன்

தேங்காய்ப்பால்	– 2 கப்
நெய்	– ½ டேபிள்ஸ்பூன்
எண்ணெய்	– 2 டேபிள் ஸ்பூன்
கரம் மசாலா	– 1 டீஸ்பூன்
உப்பு	– தேவையான அளவு

தாளிக்க

பட்டை	– 1 சின்ன துண்டு
கிராம்பு	– 4
ஏலக்காய்	– 2
பிரியாணி இலை	– 2
கறிவேப்பிலை	– சிறிது

சமைக்கும்விதம்:

❖ சிக்கனை நன்கு கழுவி சுத்தம் செய்ததும் அதனுடன் இஞ்சி, பூண்டு விழுது, தயிர், கரம் மசாலா சேர்த்து 1 மணிநேரம் ஊறவிடவும்.

❖ வெங்காயத்தை மெலிதாக நீளவாக்கில் நறுக்கவும். பச்சை மிளகாயை கீறிக்கொள்ளவும். பின் நறுக்கிய வெங்காயத்தில் பாதியை எடுத்து எண்ணெயில் பொன்னிறமாக பொரித்துத் தனியாக வைத்துக்கொள்ளவும்.

❖ அடுத்து குக்கரில் நெய் மற்றும் எண்ணெய் விட்டு கருவேப் பிலை, பட்டை, கிராம்பு, ஏலக்காய், பிரியாணி இலை போட்டு தாளித்து மீதமுள்ள வெங்காயம், பச்சை மிளகாய், புதினா போட்டு வதக்கவும். கூடவே மஞ்சள் பொடி சேர்த்து ஊற வைத்துள்ள சிக்கனையும் போட்டு நன்கு வதக்கவும்.

❖ எல்லாம் சேர்ந்து நன்கு வதங்கியதும் அரிசி, தேங்காய்ப்பால், தேவையான அளவு உப்பு மற்றும் 2 கப் தண்ணீர் ஊற்றவும். 3 விசில் வரை வேகவிடவும்.

❖ பின் இறக்கினால் சாதம், சிக்கன் கலந்து நன்கு வெந்திருக்கும். அதனுடன் ஏலக்காய், ஜாதிக்காய் தூள் சேர்த்துக் கிளறி பொரித்து எடுத்து வைத்துள்ள வெங்காயத்தை மேலாகத் தூவிப் பரிமாறவும்.

❖ சுவையான செட்டிநாட்டு சிக்கன் புலாவ் ரெடி.

14. செட்டிநாட்டு இறால் பிரியாணி

தேவையான பொருள்கள்:

இறால்	– ½ கிலோ
பிரியாணி அரிசி	– ½ கிலோ
வெங்காயம்	– 2
தக்காளி	– 3
பச்சை மிளகாய்	– 3
இஞ்சி, பூண்டு விழுது	– 1 ஸ்பூன்
பட்டை	– 1 அங்குலத் துண்டு
ஏலக்காய்	– 2
மிளகாய்த் தூள்	– 1 டீஸ்பூன்
தயிர்	– அரை கப்
புதினா, கொத்தமல்லி	– கைப்பிடி அளவு
எண்ணெய்	– 50 கிராம்
உப்பு	– தேவையான அளவு

சமைக்கும்விதம்:

❖ முதலில் இறாலை உரித்துக் கழுவி சுத்தம் செய்து வைத்துக் கொள்ளவும்.

❖ அடுத்து அரிசியை ஊற வைக்கவும்.

❖ பின் குக்கரில் எண்ணெய் விட்டுக் காய்ந்ததும், வெங்காயம், தக்காளி, பச்சை மிளகாய், புதினா அனைத்தையும் ஒன்றன் பின் ஒன்றாகப் போட்டு வதக்கவும். இஞ்சி, பூண்டு, பட்டை விழுது சேர்த்து பச்சை வாசனை போகும்வரை வதக்கி கூடவே மிளகாய்த்தூள், உப்பு, தயிர், கொத்தமல்லியுடன் இறாலையும் சேர்த்துக் கலக்கி நன்கு வதக்கவும்.

❖ பின் ஒரு கப் அரிசிக்கு ஒரு கப் அளவுக்கு தண்ணீர் சேர்த்து கொதிக்கவுடவும். கொதி வந்ததும் அரிசியைப் போட்டு மூடவும். குக்கரில் ஒரு விசில் வந்த பிறகு இறக்கவும்.

❖ அவ்வளவுதான் சுவையான இறால் பிரியாணி ரெடி. சுடச் சுட பரிமாறவும்.

15. செட்டிநாட்டு முட்டை பிரியாணி

தேவையான பொருள்கள்:

முட்டை	– 6
பிரியாணி அரிசி	– ½ கிலோ
வெங்காயம்	– 6
தக்காளி	– 3
பச்சை மிளகாய்	– 5
இஞ்சி	– ஒரு துண்டு
பூண்டு	– 6 பல்
தேங்காய் துறுவல்	– ½ கப்
கரம் மசாலா தூள்	– 1 தேக்கரண்டி
மிளகுத்தூள்	– 2 தேக்கரண்டி
பட்டை	– ஒரு துண்டு
ஏலக்காய்	– 2
கிராம்பு	– 2
நெய்	– ¼ கப்
தயிர்	– 2 டேபிள் ஸ்பூன்
புதினா இலை	– 2 டேபிள் ஸ்பூன்
கொத்தமல்லித் தழை	– இரண்டு கைப்பிடி அளவு
எண்ணெய்	– 50 கிராம்
உப்பு	– தேவையான அளவு

சமைக்கும்விதம்:

❖ அரிசியைக் கழுவிக் களைந்து ½ மணி நேரம் ஊற வைக்கவும்.

❖ பின் 6 முட்டையில் 4 முட்டையை எடுத்து வேகவைத்து உரித்துக் கொள்ளவும்.

❖ மீதமுள்ள இரண்டு முட்டையை, பொடியாக நறுக்கிய 1 வெங் காயம், 2 பச்சை மிளகாயை ப் போட்டு ஆம்லெட் போட்டு வைத்துக்கொள்ளவும். ஆம்லெட்டை 4 துண்டுகளாக்கி வைக்கவும்.

❖ பின் 5 கப் தண்ணீரை அடுப்பில் வைத்து. அதில் பட்டை, கிராம்பு, ஏலக்காய் மற்றும் தேவையான உப்பு சேர்த்து கொதிக்க வைத்து வைத்துக்கொள்ளவும்.

❖ அடுத்து தேங்காய் துருவலை தயிருடன் சேர்த்து நன்கு அடித்துக் கொள்ளவும்.

❖ இஞ்சி, பூண்டு, பச்சை மிளகாய், ஒரு கைப்பிடி அளவு கொத்தமல்லித் தழை அனைத்தையும் சேர்த்து அரைத்துக் கொள்ளவும்.

❖ பின் அடுப்பில் வாணலியை வைத்து நெய் ஊற்றி சூடாக்க வும். நறுக்கிய வெங்காயம் சேர்த்து பொன்னிறமாகும் வரை வதக்கவும். அரைத்து வைத்துள்ள இஞ்சி பூண்டு விழுது சேர்த்து பச்சை வாசனை போகும் வரை வதக்கவும். தக்காளி, மீதமுள்ள மல்லி இலை, புதினா இலை, மிளகுதூள் சேர்த்து வதக்கவும். பின் தேங்காய் –தயிர் விழுதைச் சேர்த்துப் பிரட்ட வும். கூடவே கரம் மசாலா, தேவையான அளவு உப்பு சேர்த்துக் கிளறவும்.

❖ அடுத்தபடியாக வேக வைத்துள்ள முட்டையை ஆங்காங்கே லேசாகக் கீறி மசாலாவில் சேர்த்து மேலும் சில நிமிடங்கள் வேகவிடவும். கூடவே ஆம்லெட் துண்டுகளைச் சேர்த்துக் கலக்கவும். மசாலா கெட்டியானதும் கொதிக்க வைத்து வைத்துள்ள தண்ணீர் ஊற்றி, அரிசி சேர்த்து நன்றாகக் கலந்து மூடி போட்டு மூடவும். மிதமான சூட்டில் வேகவிடவும்.

❖ மசாலா கலவை நன்கு திரண்டு கிரேவியானதும் இறக்கி வைத்து மேலாக நெய் ஊற்றிவிடவும். மூடி போட்டு மூடி½ மணிநேரம் ஆனதும் திறந்து நன்கு கலந்து கிளறி பரிமாறவும்.

16. செட்டிநாட்டு மீன் பிரியாணி

தேவையான பொருள்கள்:

பிரியாணி அரிசி	– ½ கிலோ
மீன் துண்டுகள்	
(வஞ்சிரம், கொடுவா	
ஏதாவது ஒரு மீன்)	– ½ கிலோ
பெரிய வெங்காயம்	– 2

தக்காளி	– 2
பச்சை மிளகாய்	– 3
இஞ்சி, பூண்டு விழுது	– 2 டேபிள் ஸ்பூன்
புதினா	– ஒரு கைப்பிடி அளவு
கொத்தமல்லித் தழை	– ஒரு கைப்பிடி அளவு
மஞ்சள் தூள்	– ஒரு தேக்கரண்டி
மிளகாய் தூள்	– 2 தேக்கரண்டி
கரம் மசாலா பொடி	– ஒரு தேக்கரண்டி
பட்டை, கிராம்பு, ஏலக்காய்	– தலா 2
தயிர்	– அரை கப்
எண்ணெய்	– 100 கிராம்
உப்பு	– தேவையான அளவு

சமைக்கும்விதம்:

❖ முதலில் பிரியாணி அரிசியை வேக வைத்து சாதத்தை வடித்துக் கொள்ளவும். சாதம் உதிர் உதிராக இருக்கவேண்டும்.

❖ அடுத்து மீனை நன்றாகக் கழுவி சுத்தம் செய்து அதில் உப்பு, மஞ்சள் தூள், மிளகாய் தூள் சேர்த்து சிறிது நேரம் ஊற வைத்து பின் எண்ணெயில் போட்டு பாதி வேகும் அளவு பொரித் தெடுத்து தனியே வைத்துக்கொள்ளவும்.

❖ வெங்காயம், தக்காளி, பச்சை மிளகாய் அனைத்தையும் நீளவாக்கில் நறுக்கி வைக்கவும்.

❖ பிறகு அடுப்பில் வாணலி வைத்து எண்ணெய் ஊற்றிக் காய்ந்ததும் பட்டை, கிராம்பு, ஏலம் போட்டு தாளிக்கவும். பின் வெங்காயம், பச்சை மிளகாய் போட்டு பொன்னிறமாக வரும் வரை வதக்கவும். அத்துடன் கூடவே இஞ்சி, பூண்டு விழுது சேர்த்து பச்சை வாசனை போகும் வரை வதக்கவும். பிறகு தக்காளி, சிறிது மஞ்சள் தூள், மிளகாய் தூள், மசாலா தூள், உப்பு சேர்த்து வதக்கிய பின் தயிர், கொத்தமல்லித் தழை சேர்த்துக் கிளறவும்.

❖ பிறகு பொரித்த மீன் துண்டுகளை மசாலா கலவையில் போட்டு மூடி கொதிக்கவிடவும். கலவை கொதித்து மீன் வெந்ததும் மீனை தனியே எடுத்து விட்டு, சாதத்தை அதில் கொட்டிக் கிளறவும்.

❖ மசாலா சேர்த்து நன்கு கிளறியவுடன் சாதத்தின் மேல் மீன் துண்டுகளை போட்டு, புதினா, மல்லி இலை சேர்க்கவும். மேலும் கால்மணி நேரம் மிதமான தீயில் விட்டு இறக்கவும்.

❖ ருசியான செட்டிநாட்டு மீன் பிரியாணி தயார். சுடச் சுட வெங்காயப் பச்சடியுடன் பரிமாறவும்.

17. வான்கோழி பிரியாணி

தேவையான பொருள்கள்:

வான்கோழி கறி	– 1 கிலோ
பிரியாணி அரிசி	– ½ கிலோ
பெரிய வெங்காயம்	– 3
தக்காளி	– 4
பச்சை மிளகாய்	– 8
இஞ்சி, பூண்டு விழுது	– 2 டேபிள் ஸ்பூன்
புதினா	– 1 கட்டு
கொத்தமல்லித் தழை	– 1 கட்டு
தேங்காய் பால்	– 1 கப்
மஞ்சள் தூள்	– ½ ஸ்பூன்
பிரியாணி மசாலா தூள்	– 3 டேபிள் ஸ்பூன்
மிளகுத் தூள்	– ½ ஸ்பூன்
சோம்பு தூள்	– ½ ஸ்பூன்
பட்டை, லவங்கம், பிரியாணி இலை	– தலா 2
ஏலக்காய்	– 5
கிராம்பு	– 5

கசகசா	– 2 டேபிள் ஸ்பூன்
முந்திரி	– 20
பாதாம் பருப்பு	– 20
காய்ந்த திராட்சை	– 25
நெய்	– 200 கிராம்
எண்ணெய்	– 100 கிராம்
தயிர்	– ½ கப்
உப்பு	– தேவையான அளவு

சமைக்கும்விதம்:

❖ பிரியாணி அரிசியை கழுவிக் களைந்து உதிராக வடித்துக் கொள்ளவும்.

❖ வான்கோழிக் கறியில் மஞ்சள் தூள், கறி மசாலாத் தூள், மிளகுத் தூள், சோம்புத் தூள், ¼ கப் தயிர், கீறின பச்சைமிளகாய், கொஞ்சம் புதினா, கொஞ்சம் கொத்தமல்லித் தழை அனைத்தையும் போட்டு புரட்டி ஒரு மணி நேரம் ஊறவிடவும்.

❖ வெங்காயம், தக்காளியை நறுக்கிக்கொள்ளவும்.

❖ புதினா, கொத்தமல்லித் தழையை உதிர்த்து பொடியாக நறுக்கிக்கொள்ளவும்.

❖ வாணலியில் நெய் ஊற்றி திராட்சை, முந்திரிப்பருப்பை வறுத்து தனியே வைக்கவும்.

❖ பாதாம் பருப்பை ஊற வைத்து தோல் உரித்து கசகசவோடு சேர்த்து மை போல அரைத்து வைத்துக்கொள்ளவும்.

❖ பின் குக்கரில் நெய் ஊற்றி சூடானதும் ஏலக்காய், பட்டை, கிராம்பு, பிரியாணி இலை போட்டு தாளிக்கவும். நறுக்கிய வெங்காயம், தக்காளி, இஞ்சி, பூண்டு விழுது, புதினா, கொத்த மல்லித் தழை அனைத்தையும் ஒன்றன் பின் ஒன்றாக போட்டு வதக்கவும். மீதமுள்ள ¼ கப் தயிர் சேர்த்து பிரட்டவும்.

❖ அடுத்து மசாலா கலவையில் ஊறவைத்துள்ள வான் கோழிக் கறியைப் போட்டு நன்றாக பிரட்டி வதக்கவும். நாலா பக்கமும்

எண்ணெயை ஊற்றி சிறு தீயில் கிளறவும். நன்கு வதங்கி கிரேவியானதும் அரைத்து வைத்துள்ள பாதாம் பருப்பு, கசகசா விழுது மற்றும் தேங்காய் பால் சேர்த்து மேலும் 5 நிமிடங்கள் வதக்கிய பின்பு தேவையான அளவு தண்ணீர் சேர்த்து குக்கரை மூடவும். 20 நிமிடங்கள் வேக விடவும் .

❖ கறி வெந்ததும் மசாலா கிரேவியை தனி பாத்திரத்தில் எடுத்துக்கொள்ளவும்.

❖ மறுபடியும் குக்கரில் ஆற வைத்த சாதத்தில் கொஞ்சம் எடுத்து பரப்பி வைக்கவும். அதன் மேல் வான்கோழி மசாலா கிரேவியை கொஞ்சம் எடுத்து சாதத்தின் மேலாகப் பரப்ப வும்.கொஞ்சம் புதினா, கொத்தமல்லித் தழையைத் தூவவும். இது போலவே சாதம் மற்றொரு லேயர், அதன்மேல் கறி கிரேவி, புதினா, மல்லித் தழை என்று அடுக்கடுக்காக பரப்பி வைக்கவும். குக்கரை மூடி மறுபடியும் 10 நிமிடங்கள் சிறு தீயில் வேக விட்டு இறக்கவும்.

❖ பின் குக்கரைத் திறந்து சாதத்தை கறியுடன் மேலும் கீழுமாக நன்கு கலந்து அதன் மேல் வறுத்து வைத்த முந்திரி, திராட் சையைத் தூவவும். வெங்காயப் பச்சடியுடன் சுடச் சுட பரிமாறவும்.

<u>செட்டிநாட்டு ஆட்டுக்கறி குழம்புவகைகள்</u>

18. செட்டிநாட்டு ஆட்டுக்கறி குழம்பு

தேவையான பொருட்கள்:

ஆட்டுக்கறி	–	½ கிலோ
சின்ன வெங்காயம்	–	¼ கிலோ
தக்காளி	–	2
பூண்டு	–	10 பல்
இஞ்சி பூண்டு விழுது	–	1 ஸ்பூன்
தேங்காய் துருவல்	–	3 டேபிள் ஸ்பூன்

கசகசா	– 1 ஸ்பூன்
முந்திரிபருப்பு	– 6
கறி மசாலா தூள்	– 2 டேபிள் ஸ்பூன்
மிளகாய் தூள்	– 1 டேபிள் ஸ்பூன்
சோம்பு	– 2 ஸ்பூன்
பட்டை, லவங்கம், ஏலக்காய், கிராம்பு, பிரியாணி இலை	– தலா 2
கருவேப்பிலை	– கைப்பிடி அளவு

சமைக்கும்விதம்:

❖ ஆட்டுக்கறியை கழுவி சுத்தம் செய்து துண்டுகள் போட்டுக் கொள்ளவும்

❖ வெங்காயம், பூண்டு, தக்காளியை பொடியாக நறுக்கிக் கொள்ளவும்.

❖ தேங்காய், கசகசா, 1 ஸ்பூன் சோம்பு, முந்திரி சேர்த்து மை போல் நைசாக அரைத்துக் கொள்ளவும்.

❖ அடுத்தபடியாக குக்கரில் எண்ணெய் ஊற்றிக் காய்ந்ததும் சோம்பு, பட்டை, லவங்கம், ஏலக்காய், கிராம்பு, பிரியாணி இலை போட்டுத் தாளிக்கவும். பின் இஞ்சி, பூண்டு விழுது போட்டு பச்சை வாசனை போக வதக்கவும். அடுத்து வெங்காயம், தக்காளி ஆகியவற்றை ஒன்றன் பின் ஒன்றாகப் போட்டு வதக்கி கடைசியாக ஆட்டுக்கறி, மஞ்சள் தூள் சேர்த்து வதக்கவும்.

❖ பின் கறி மசாலா தூள், மிளகாய் தூள் போட்டுப் பிரட்டி, மூன்று கப் தண்ணீர் ஊற்றவும். தேவையான அளவு உப்பு சேர்த்து மூடி போட்டு வேக வைக்கவும். மிதமான சூட்டில் அடுப்பை வைக்கவும்.

❖ ஒரு விசில் வந்ததும் தீயைக் குறைத்து மேலும் கால் மணி நேரம் வேகவிடவும். பின் குக்கரைத் திறந்து அரைத்து வைத்துள்ள தேங்காய், முந்திரி விழுது சேர்த்து மேலும் 5 நிமிடங்கள் கொதிக்க விட்டு இறக்கவும். கொத்தமல்லித் தழை தூவி பரிமாறவும்

❖ சுவையான மணம் மிக்க செட்டிநாட்டு ஆட்டுக்கறி குழம்பு தயார்.

19. செட்டிநாட்டு ஆட்டுக்கறி உருண்டைக் குழம்பு

தேவையான பொருள்கள்:

உருண்டைக்கு தேவையானவை:

ஆட்டுக்கறி (கொத்தியது)	– ¼ கிலோ
வெங்காயம்	– 1
பச்சை மிளகாய்	– 2
பூண்டு	– 6 பல்
பொட்டுக்கடலை மாவு	– ¼ கப்
முட்டை	– 1
மஞ்சள்தூள்	– ¼ டீஸ்பூன்
சோம்புத்தூள்	– ½ டீஸ்பூன்
எண்ணெய்	– 200 கிராம்
உப்பு	– தேவையான அளவு

குழம்புக்கு தேவையானவை:

வெங்காயம்	– 1பெரியது
தக்காளி	– 1 பெரியது
இஞ்சிப்பூண்டு விழுது	– 1 டேபிள்ஸ்பூன்
பச்சை மிளகாய்	– 2
மஞ்சள்தூள்	– ¼ டீஸ்பூன்
சாம்பார் மிளகாய் தூள்:	1½ டேபிள் ஸ்பூன்
புதினா, கொத்தமல்லித் தழை	– தலா ஒரு கைப்பிடி
தேங்காய் பால்	– 2 கப்
எலுமிச்சை சாறு	– ½ டேபிள்ஸ்பூன்

தாளிக்க:

பிரியாணி இலை	– 2
கிராம்பு	– 3

| பட்டை | – 1 துண்டு |
| ஏலக்காய் | – 2 |

சமைக்கும்விதம்:

❖ முதலில் உருண்டைக்கு தயார் செய்துகொள்ளலாம். அதற்காக கொத்துக்கறியை நன்றாகக் கழுவி சுத்தம் செய்துகொள்ளவும். வெங்காயம், தக்காளி, பூண்டை பொடியாக நறுக்கிக் கொள்ள வும். பச்சை மிளகாயை கீறி வைக்கவும்.

❖ அடுத்து வாணலியில் எண்ணெய் விட்டு காய்ந்ததும் வெங் காயம், பச்சை மிளகாய், பூண்டை சிட்டிகை மஞ்சள் தூள் போட்டு கறியில் தண்ணீர் வற்றும்வரை வதக்கி எடுத்து ஆறவைக்கவும். ஆறிய பிறகு அதனுடன் பொட்டுக்கடலை மாவு, சோம்புத்தூள், முட்டை உடைத்துச் சேர்த்து தேவை யான அளவு உப்பு சேர்த்து உருண்டை பிடித்து வைக்கவும். பின் கடாயில் எண்ணெய் விட்டு உருண்டைகளை போட்டுப் பொரித்தெடுத்து வைக்கவும்.

❖ அடுத்து குழம்பு. வெங்காயம், தக்காளி, பச்சை மிளகாய், புதினா, கொத்தமல்லித் தழை அனைத்தையும் பொடியாக நறுக்கிக் கொள்ளவும். பின் வாணலியில் 2 டேபிள் ஸ்பூன் எண்ணெய் விட்டு தாளிக்க கொடுத்த பொருள்களைப் போட்டுத் தாளித்து இஞ்சி, பூண்டு விழுதைப் போட்டு பச்சை வாசனை போக வதக்கவும். பின் நறுக்கி வைத்துள்ள வெங் காயம், தக்காளி, பச்சை மிளகாய், புதினா, கொத்தமல்லித் தழை அனைத்தையும் ஒன்றன் பின் ஒன்றாகப் போட்டு வதக்கவும். நன்கு வதங்கிய பிறகு தேங்காய் பால் சேர்க்கவும். தேவையான அளவு உப்பு போட்டு நன்கு கொதிக்கவிடவும்

❖ குழம்பு கொதித்து பச்சை வாசனை போனதும் பொரித்து வைத்துள்ள உருண்டைகளைப் போட்டு மேலும் ஐந்து நிமிடம் கொதிக்கவிட்டு எலுமிச்சை சாறு சேர்த்து இறக்கவும்.

20. செட்டிநாட்டு ஆட்டுக்கறி புளிக் குழம்பு

தேவையான பொருள்கள்:

| ஆட்டுக்கறி | – ½ கிலோ |
| வெங்காயம் | – 1 |

தக்காளி	– 2
முருங்கைக்காய்	– 2
புளி	– 1 எலுமிச்சை அளவு
பூண்டு	– 10 பல்
சீரகம்	– 2 ஸ்பூன்
சாம்பார் மிளகாய்த்தூள்	– 1 ½ டேபிள் ஸ்பூன்
இஞ்சி, பூண்டு விழுது	– 1 ஸ்பூன்
தேங்காய் துருவல்	– ½ கப்
பட்டை	– 1
கிராம்பு	– 2
பிரியாணி இலை	– 2

சமைக்கும்விதம்:

❖ கறியை கழுவிச் சுத்தம் செய்துகொள்ளவும். வெங்காயம், தக்காளி, முருங்கைக்காயை நறுக்கிக்கொள்ளவும். பச்சை மிளகாயை கீறி வைக்கவும். தேங்காய் துருவலுடன், சீரகம் சேர்த்து நைசாக அரைத்துக்கொள்ளவும்.

❖ அடுத்து புளியை 1 தம்ளர் தண்ணீரில் கரைத்துக் கொண்டு அதனுடன் ஆட்டுக்கறி, மிளகாய் தூள், தேவையான அளவு உப்பு சேர்த்து கலக்கி வைக்கவும்.

❖ பின் வாணலியில் எண்ணெய் விட்டுக் காய்ந்ததும் பட்டை, கிராம்பு, பிரியாணி இலை தாளித்து இஞ்சி, பூண்டு விழுது போட்டு வதக்கவும். பச்சை வாசனை போனதும் வெங்காயம், தக்காளி, முருங்கைக்காயைப் போட்டு வதக்கவும். நன்கு வெந்ததும் ஆட்டுக்கறி கலந்த புளிக் கரைசலை ஊற்றிக் கொதிக்கவிடவும். கறி நன்கு வெந்ததும் தேங்காய், சீரகக் கரைசலை சேர்த்து மேலும் 10 நிமிடம் கொதிக்கவிடவும். கருவேப்பிலை, கொத்தமல்லித் தழையை தூவி இறக்கவும்.

❖ அவ்வளவுதான் வாசனையான, சுவையான செட்டிநாட்டு மட்டன் புளிக் குழம்பு தயார்.

21. ஆட்டுக்கறி உப்புக்கண்டம் குழம்பு

தேவையான பொருள்கள்:

ஆட்டுக்கறி உப்புக் கண்டம்	– 5 துண்டு
துவரம் பருப்பு	– 100 கிராம்
வெங்காயம்	– 2
தக்காளி	– 4
பூண்டு	– 6 பல்
சாம்பார் மிளகாய் பொடி	– 3 டேபிள் ஸ்பூன்
கடுகு	– ½ ஸ்பூன்
சோம்பு	– ½ ஸ்பூன்
எண்ணெய்	– 100 கிராம்
உப்பு	– தேவையான அளவு
கறிவேப்பிலை, கொத்தமல்லித் தழை	– கைப்பிடி அளவு

சமைக்கும்விதம்:

❖ இந்தக் குழம்பு ரொம்பச் சுலபம். முதலில் ஆட்டுக்கறி உப்புக் கண்டத்தை நன்றாக தட்டிக்கொள்ளவும். வெங்காயம் , தக்காளியை பொடியாக நறுக்கிக் கொள்ளவும். பூண்டை நசுக்கி வைக்கவும்.

❖ பின் குக்கரில் துவரம்பருப்பை கழுவிப் போட்டு, கூடவே உப்புக் கண்டம், வெங்காயம், தக்காளி, நசுக்கி வைத்துள்ள பூண்டு, சாம்பார் மிளகாய் பொடி, தேவையான அளவு உப்பு சேர்த்து கால் மணி நேரம் குழம்பை கொதிக்கவிடவும். உப்புக்கண்டம் வெந்த பிறகு, அத்துடன் புளி சாறு ஊற்றி மேலும் ஐந்து நிமிடம் கொதிக்கவிட்டு இறக்கவும்.

❖ வாணலியில் 2 ஸ்பூன் எண்ணெய் ஊற்றிக் காய்ந்ததும் கருவேப்பிலை, கடுகு, சோம்பு தாளித்து குழம்பில் கொட்ட வும். கொத்தமல்லித் தழை தூவி பரிமாறவும்.

தேவையான பொருள்கள்:

ஆட்டுக்கறி	– ½ கிலோ
வெங்காயம்	– 2
தக்காளி	– 3
உருளைக்கிழங்கு	– 100 கிராம்
பச்சை மிளகாய் விழுது	– 1 டேபிள் ஸ்பூன்
இஞ்சி, பூண்டு விழுது	– 1 டேபிள் ஸ்பூன்

அரைக்க:

சோம்பு	– 1½ ஸ்பூன்
சீரகம்	– 1 ஸ்பூன்
பட்டை, ஏலக்காய்	– தலா 2
லவங்கம்	– 1
புதினா	– 1 கைப்பிடி அளவு
கொத்தமல்லித் தழை	– 1 கைப்பிடி அளவு
சிறிய தேங்காய்	– 1
முந்திரி	– 5
தயிர்	– அரை கப் (புளிப்பு இல்லாதது)
மஞ்சள் தூள்	– கால் ஸ்பூன்
எண்ணெய்	– 100 கிராம்
உப்பு	– தேவையான அளவு

சமைக்கும்விதம்:

❖ எப்போதும் போல ஆட்டுக்கறியை சுத்தம் செய்து துண்டு களாக்கிக் கொள்ளவும்.

❖ வெங்காயம், தக்காளியை பொடியாக நறுக்கி வைக்கவும். தேங்காய், கசகசா, முந்திரிப் பருப்பு மூன்றையும் சேர்த்து நைசாக அரைத்துக்கொள்ளவும். இது தவிர சோம்பு, சீரகம், பட்டை, ஏலக்காய், லவங்கம், புதினா, கொத்தமல்லித் தழை அனைத்தையும் சேர்த்து அரைத்து தனியே வைக்கவும்.

❖ பின் குக்கரில் எண்ணெய் ஊற்றிக் காய்ந்ததும் இஞ்சி, பூண்டு விழுது, வெங்காயம், மஞ்சள் தூள் போட்டு பச்சை வாசனை போக வதக்கவும். பின் உருளைக்கிழங்கை போட்டு வதக்க வும். கடைசியாக தக்காளியையும், ஆட்டுக்கறியையும் சேர்த்து வதக்கவும். எல்லாம் நன்கு வதங்கியதும் அரைத்து வைத்துள்ள மசாலாவை சேர்த்து வதக்கி எண்ணெய் பிரிந்து வரும்போது அதனுடன் தயிரை ஊற்றவும். தேவையான அளவு உப்பு சேர்த்து குக்கரை 5 விசில் வரை வேகவிடவும்.

❖ பிறகு குக்கரை இறக்கித் திறந்து கடைசியாக அரைத்து வைத்துள்ள தேங்காய் கலவையை ஊற்றி அடுப்பில் வைத்து மேலும் ஒரு கொதி வந்ததும் இறக்கவும்.

❖ அசத்தலான ஆட்டுக்கறி உருளைக்கிழங்கு குருமா ரெடி.

23. மட்டன் எலும்பு குழம்பு

தேவையான பொருள்கள்:

நெஞ்செலும்பு	– ¼ கிலோ
சின்ன வெங்காயம்	– 10
தக்காளி	– 4
முருங்கைக்காய்	– 2
இஞ்சி பூண்டு விழுது	– 1 ஸ்பூன்
சாம்பார் மிளகாய்த் தூள்	– 2 டேபிள் ஸ்பூன்
சோம்பு	– ½ ஸ்பூன்
சீரகம்	– ½ ஸ்பூன்
பட்டை, லவங்கம், ஏலக்காய், அன்னாசிப் பூ, பிரியாணி இலை	– தலா 2
எண்ணெய்	– 100 கிராம்
உப்பு	– தேவையான அளவு

சமைக்கும்விதம்:

❖ நெஞ்சு எலும்பைக் கழுவி சுத்தம் செய்துகொள்ளவும்.

❖ வெங்காயம், தக்காளி, முருங்கைக்காயை பொடியாக நறுக்கிக் கொள்ளவும்.

❖ அடுத்து அடுப்பில் குக்கர் வைத்து எண்ணெய் ஊற்றிக் காய்ந்ததும் சோம்பு, சீரகம், பட்டை, லவங்கம், ஏலக்காய், அன்னாசிப் பூ, பிரியாணி இலை அனைத்தையும் போட்டுத் தாளிக்கவும். இஞ்சி, பூண்டு விழுது சேர்த்து பச்சை வாசனை போக வதக்கவும். அடுத்து வெங்காயம், முருங்கைக்காய், தக்காளியை ஒன்றன் பின் ஒன்றாகப் போட்டு வதக்கவும். பின் நெஞ்செலும்பைச் சேர்த்து அத்துடன் மஞ்சள் தூள், மிளகாய் தூள், தேவையான அளவு உப்பும் போட்டு மிளகாய் தூள் நெடி போக வதக்கி 5 தம்ளர் தண்ணீர் ஊற்றி குக்கரை மூடி கொதிக்கவிடவும். 3 விசில் விட்டு இறக்கி கருவேப்பிலை, கொத்தமல்லித் தழை தூவி பரிமாறவும். சுவையான மட்டன் எலும்பு குழம்பு தயார். இது சளியைப் போக்க வல்லது.

24. செட்டிநாட்டு தலைக்கறி குழம்பு

தேவையான பொருள்கள்:

தலைக்கறி	– 1 ஆட்டுத் தலை
சின்ன வெங்காயம்	– ¼ கிலோ
தக்காளி	– ¼ கிலோ
பச்சை மிளகாய்	– 2
இஞ்சி, பூண்டு விழுது	– 2 ஸ்பூன்
சோம்பு	– 1 ஸ்பூன்
சீரகம்	– 1 ஸ்பூன்
சாம்பார் மிளகாய்த் தூள்	– 3 டேபிள் ஸ்பூன்
தேங்காய் துருவல்	– 3 டேபிள் ஸ்பூன்
கசகசா	– 1 ஸ்பூன்
புளி கரைசல்	– 2 ஸ்பூன்
மஞ்சள் தூள்	– ஒரு சிட்டிகை
பட்டை	– 1
லவங்கம்	– 2
பிரியாணி இலை	– 2
எண்ணெய்	– 50 கிராம்
உப்பு	– தேவையான அளவு

கருவேப்பிலை,
கொத்தமல்லித் தழை   – ஒரு கைப்பிடி அளவு

சமைக்கும்விதம்:

❖ தலைக்கறியை சுத்தம் செய்து துண்டுகள் போட்டுக்கொள்ள
வும்

❖ வெங்காயம், தக்காளியை பொடியாக நறுக்கிக்கொள்ளவும்.
பச்சை மிளகாயை கீறிக்கொள்ளவும். தேங்காய் துருவலுடன்
கசகசாவை சேர்த்து மை போல அரைத்து தனியே வைக்கவும்.

❖ அடுத்து குக்கரில் எண்ணெய் ஊற்றிக் காய்ந்ததும் சோம்பு,
பட்டை, லவங்கம், பிரியாணி இலை தாளித்து வெங்காயம்
,இஞ்சி, பூண்டு விழுது சேர்த்து பச்சை வாசனை போகும்வரை
நன்கு வதக்கவும். அடுத்து தக்காளி சேர்த்து வதக்கி மஞ்சள்
தூள், மிளகாய் தூள் சேர்த்துக் கிளறவும். கூடவே தலைக்
கறியை சேர்த்துப் பிரட்டவும். தேவையான அலவு உப்பு
போட்டு 3 தம்ளர் தண்ணீர் ஊற்றவும். குக்கரை மூடி 4 விசில்
வரை விட்டு இறக்கவும். ஆவி குறைந்ததும் மூடியைத் திறந்து
கறி நன்கு வெந்திருக்கிறதா என்று பார்த்து அத்துடன் அரைத்த
தேங்காய் கரைசல், புளி கரைசல் ஊற்றி கொதிக்கவிடவும்.
மேலும் ஒரு கொதி வந்ததும் கருவேப்பிலை, கொத்தமல்லித்
தழை தூவி இறக்கவும். சூடாகப் பரிமாறவும்.

25. செட்டிநாட்டு ஆட்டுக்குடல் குழம்பு

தேவையான பொருள்கள்:

ஆட்டுக்குடல்   – 1
வெங்காயம்   – 2
மிளகாய் வற்றல்   – 10
தனியா   – 1 டேபிள் ஸ்பூன்
சீரகம்   – 2 டேபிள் ஸ்பூன்
இஞ்சி   – ஒரு அங்குலத் துண்டு

சமைக்கும்விதம்:

❖ குடலை சுத்தம் செய்வதற்கென்று ஒருமுறை இருக்கிறது.
முதலில் குடலை கொதிக்கும் வெந்நீரில் போட்டு நன்கு

அலசவும். சிறுகுடலை ஓர் அங்குல அளவுத் துண்டுகளாக நறுக்கிக்கொள்ளவும். பெருங்குடலை நடுத்தரத் துண்டு களாகப் போடவும். பின் நெல்லிக்காய் அளவு நல்ல சுண்ணாம்பை நீரில் கலந்து அந்த நீரில் குடல் துண்டுகள் அனைத்தையும் போட்டு நன்கு கழுவி வைக்கவும்.

❖ வெங்காயத்தை பொடியாக நறுக்கிக்கொள்ளவும். மிளகாய் வற்றல், தனியா, சீரகம் மூன்றையும் ஒன்றாகச் சேர்த்து மை போல் அரைத்துக் கொள்ளவும்.

❖ பின் 2 தம்ளர் தண்ணீரில் இஞ்சியை நன்கு நசுக்கிப் போட்டு மஞ்சள் தூள் சேர்த்து கூடவே குடல் துண்டுகளையும் போட்டு பதினைந்து, இருபது நிமிடம் வேக வைக்கவும். பின் நறுக்கி வைத்துள்ள வெங்காயம், அரைத்து வைத்துள்ள மசாலா, தேவையான அளவு உப்பு சேர்த்து கொதிக்கவிடவும். பச்சை வாசனை போனதும் இறக்கி வைத்து, குழம்பில் கடுகு, உளுத்தப் பருப்பு தாளித்துக் கொட்டவும். கமகமக்கும் குடல் குழம்பு தயார்.

26. செட்டிநாட்டு ஆட்டுக்கால் குழம்பு

தேவையான பொருள்கள்:

ஆட்டுக்கால்	– 1 ஆட்டுக்கால்
வெங்காயம்	– 2
நாட்டுத் தக்காளி	– 2
பச்சை மிளகாய்	– 6
இஞ்சி பூண்டு விழுது	– 1 டேபிள் ஸ்பூன்
தேங்காய்	– ½ மூடி
மஞ்சள் தூள்	– ½ ஸ்பூன்
மிளகாய் தூள்	– 2 டேபிள் ஸ்பூன்
உடைச்ச கடலை	– 2 ஸ்பூன்
பட்டை, லவங்கம்	– தலா 1
ஏலக்காய்	– 2
எலுமிச்சம் பழம்	– 1
எண்ணெய்	– 2 டேபிள் ஸ்பூன்
உப்பு	– தேவையான அளவு

கருவேப்பிலை,
கொத்தமல்லித் தழை   – கைப்பிடி அளவு

சமைக்கும்விதம்:

❖ முதலில் கால்களை துண்டு துணுக்காக இருக்கும் கால்முடி
வரை நன்கு பொசுக்கி, கால்களை நான்கு துண்டுகளாக
வெட்டி வைத்துக் கொள்ளவும்.

❖ வெங்காயம், தக்காளி, பச்சை மிளகாயை நீளவாக்கில்
நறுக்கிக் கொள்ளவும். தேங்காயுடன், உடைச்சக்கடலை
சேர்த்து மைய அரைத்து வைத்துக்கொள்ளவும்.

❖ பின் குக்கரில் எண்ணெய் ஊற்றிக் காய்ந்ததும் பட்டை,
லவங்கம், ஏலக்காய் தாளித்து, வெங்காயம், பச்சை மிளகாய்,
இஞ்சி, பூண்டு விழுதை சேர்த்து வதக்கவும். பச்சை வாசனை
போனதும் தக்காளி சேர்த்து, கூடவே மஞ்சள் தூள், மிளகாய்
தூள், தேவையான அளவு உப்பு சேர்த்து, ஆட்டுக்காலையும்
போட்டு பிரட்டி, நான்கு தம்ளர் தண்ணீர் ஊற்றி குக்கரை
மூடவும். 10 விசில் வரை விட்டு இறக்கவும். கால் வேக
வில்லை என்றால் மேலும் ஐந்து விசில் விடவும். பின்
குக்கரை இறக்கித் திறந்து அரைத்து வைத்துள்ள தேங்காயை
ஊற்றி ஒரு கொதி வந்ததும் இறக்கி எலுமிச்சம் பழம் பிழிந்து,
கொத்தமல்லி தூவி பரிமாறவும்.

❖ ஆஹா! அட்டகாசமான வாசத்துடன் காரசாரமான ஆட்டுக்
கால் குழம்பு ரெடி. இட்லி, தோசை, பரோட்டாவை இதுடன்
சாப்பிட்டால் அளவே தெரியாமல் சாப்பிட்டுக் கொண்டே
இருக்கலாம்.

27. கொத்துக்கறி, பச்சைப் பட்டாணி குழம்பு

தேவையான பொருள்கள்:

கொத்துக்கறி   – ¼ கிலோ

சின்ன வெங்காயம   – 100 கிராம்

பச்சைப் பட்டாணி   – 100 கிராம்

இஞ்சி   – ஒரு அங்குலத் துண்டு

பூண்டு   – 6 பல்

கருவேப்பிலை,
கொத்தமல்லித் தழை   – கைப்பிடி அளவு
தேங்காய்   – ½ மூடி
மிளகாய் வற்றல்   – 5
தனியா   – 1 டேபிள் ஸ்பூன்
சீரகம்   – ½ ஸ்பூன்
கசகசா   – 1 ஸ்பூன்
பட்டை   – சிறிய துண்டு
கிராம்பு   – 4
ஏலக்காய்   – 4
பொரிகடலை   – 2 டேபிள் ஸ்பூன்
எலுமிச்சம் பழம்   – ½ மூடி
நல்லெண்ணெய்   – 50 கிராம்
நெய்   – 2 டேபிள் ஸ்பூன்

சமைக்கும்விதம்:

❖ கொத்துக்கறியை கழுவி சுத்தம் செய்து வைக்கவும்.

❖ வெங்காயத்தை நறுக்கி வைக்கவும். இஞ்சியை நசுக்கிக் கொள்ளவும். பூண்டை உரித்து வைக்கவும். தேங்காயைத் துருவி கசகசா சேர்த்து அரைத்து வைத்துக்கொள்ளவும்.

❖ பின் மிளகாய் வற்றல், சீரகம், தனியா, பொரிகடலை எல்லா வற்றையும் வாணலியில் நெய் விட்டு வறுத்து தனியே அரைத்துக் கொள்ளவும்.

❖ பின் குக்கரில் எண்ணெய் விட்டுக் காய்ந்ததும் பட்டை, ஏலக் காய், கிராம்பு தாளித்து, வெங்காயம், பச்சைப் பட்டாணி, பூண்டு, நசுக்கிய இஞ்சி போட்டு வதக்கவும். கறியையும் போட்டுக் கிளறவும். பின் அரைத்து வைத்துள்ள தேங்காய் பால், மசாலா கலவை சேர்த்து வதக்கவும். பின் 1 தம்ளர் தண்ணீர் ஊற்றி, மஞ்சள் தூள், தேவையான அளவு உப்பு போட்டு குக்கரை மூடி 15 நிமிடம் கொதிக்கவிடவும்.

❖ பின் மூடியைத் திறந்து ½ மூடி எலுமிச்சம் பழம் பிழிந்து இறக்கவும். கருவேப்பிலை, கொத்தமல்லித் தழை தூவவும்.

❖ கமகமக்கும் கொத்துக்கறி, பச்சைப் பட்டாணி குழம்பு ரெடி. சாததுக்கும் மட்டுமல்ல இட்லி, தோசைக்கும் தொட்டுக் கொள்ள ஜோரான குழம்பு இது.

28. கறி கோளா உருண்டை குழம்பு

தேவையான பொருள்கள்:

கொத்துக்கறி	– ½ கிலோ
சாம்பார் மிளகாய் தூள்	– 1 ஸ்பூன்
பட்டை	– சிறு துண்டு
சோம்பு	– ¼ ஸ்பூன்
கசகசா	– 1 ஸ்பூன்

அரைக்க:

சின்ன வெங்காயம்	– 10
மிளகாய் வற்றல்	– 5
சீரகம்	– 1 ஸ்பூன்
தேங்காய்	– ½ மூடி (துருவியது)
தனியா தூள்	– ½ ஸ்பூன்
கருவேப்பிலை, கொத்தமல்லித் தழை	– கைப்பிடி அளவு

சமைக்கும்விதம்:

❖ முதலில் கொத்துக்கறியை சுத்தம் செய்து வேகவைட்ர்ஹ்து எடுத்துக்கொள்ளவும்.

❖ அரைக்கக் கொடுத்துள்ளவைகளை வாணலியில் 1 ஸ்பூன் எண்ணெய் விட்டு வறுத்தெடுத்து அரைத்து வைக்கவும்.

❖ பிறகு வேகவைத்த கொத்துக்கறியுடன் சிறிதளவு உப்பு சேர்த்து, கூடவே பட்டை, சோம்பு, கசகசா, மிளகாய் தூளை யும் போட்டுப் பிசைந்து ஆட்டு உரலிலோ, மிக்சியிலோ லேசாக அரைத்துக் கொள்ளவும். இந்த அரைத்த கறிக் கலவையை உருண்டை பிடித்து ஒரு தட்டில் வைத்துக் கொள்ளவும்.

- ❖ பிறகு அரைத்து வைத்துள்ள தேங்காய், வெங்காயக் கலவை யில் தேவையான அளவு உப்பு சேர்த்து 2 தம்ளர் தண்ணீர் ஊற்றிக் கலந்து குழம்பைக் கொதிக்கவிடவும்.

- ❖ குழம்பு பச்சை வாசனை போய் கொதித்து வரும்போது பிடித்து வைத்துள்ள கறி மசால் உருண்டைகளை ஒவ்வொன் றாகப் போடவும். மேலும் ஐந்து நிமிடம் கொதிக்க விட்டு இறக்கவும். கருவேப்பிலை, கொத்தமல்லித் தழை தூவி பரிமாறவும்.

- ❖ டிபன் வகையறாக்களுக்கு தொட்டுக்கொள்ள கெட்டிப் பத மாகவும், சாதத்தில் ஊற்றிச் சாப்பிட சற்று லேசான குழம்புப் பதத்திலும் இதை செய்துகொள்ளலாம்.

29. மூளைக் குழம்பு

தேவையான பொருள்கள்:

மூளை	– 2
சின்ன வெங்காயம்	– 10
தேங்காய் துருவல்	– 1 கப்
மிளகாய் வற்றல்	– 6
சீரகம்	– 1 ஸ்பூன்
மஞ்சள் தூள்	– சிட்டிகை அளவு
எண்ணெய்	– 50 கிராம்
உப்பு	– தேவையான அளவு
கருவேப்பிலை, கொத்தமல்லித் தழை	– கைப்பிடி அளவு

சமைக்கும்விதம்:

- ❖ முதலில் மூளையைச் சுத்தம் செய்து துண்டுகள் போட்டுக் கொள்ளவும்.

- ❖ அடுத்து வெங்காயத்தை நறுக்கி வைக்கவும்.

- ❖ மிளகாய் வற்றலுடன் சீரகத்தை சேர்த்து தனியே அரைத்து வைக்கவும்.

❖ தேங்காய் துருவலை அரைத்து பால் எடுத்துக் கொள்ளவும்

❖ பிறகு வாணலியில் எண்ணெய் ஊற்றிக் காய்ந்ததும் வெங் காயத்தை வதக்கி, மூளையைப் போட்டு பிரட்டிக் கொள்ள வும். பின் அதன் மீது தேங்காய் பால் ஊற்றவும். அரைத்து வைத்துள்ள மிளகாய், சீரக மசாலாவைச் சேர்க்கவும். மஞ்சள் தூள், தேவையான அளவு உப்பு போடவும். மித மான தீயில் வேகவிட்டு குழம்பு கெட்டியாகி எண்ணெய் பிரிந்ததும் கருவேப்பிலை, கொத்தமல்லித் தழை போட்டு இறக்கவும்.

❖ சுவையான மூளைக் குழம்பு தயார்.

30. ஈரல் குழம்பு

தேவையான பொருள்கள்:

ஆட்டு ஈரல்	– ¼ கிலோ
சின்ன வெங்காயம்	– 10
தேங்காய் துருவல்	– 1 கப்
மிளகாய் வற்றல்	– 6
சீரகம்	– 1 ஸ்பூன்
மஞ்சள் தூள்	– சிட்டிகை அளவு
எண்ணெய்	– 50 கிராம்
உப்பு	– தேவையான அளவு
கருவேப்பிலை, கொத்தமல்லித் தழை	– கைப்பிடி அளவு

சமைக்கும்விதம்:

❖ முதலில் ஈரலைச் சுத்தம் செய்து துண்டுகள் போட்டுக் கொள்ளவும்.

❖ அடுத்து வெங்காயத்தை நறுக்கி வைக்கவும்.

❖ மிளகாய் வற்றலுடன் சீரகத்தை சேர்த்து தனியே அரைத்து வைக்கவும்.

❖ தேங்காய் துருவலை அரைத்து பால் எடுத்துக் கொள்ளவும்

❖ பிறகு வாணலியில் எண்ணெய் ஊற்றிக் காய்ந்ததும் வெங் காயத்தை வதக்கி, அதனுடன் தேங்காய் பால் சேர்க்கவும். கூடவே அரைத்து வைத்துள்ள மிளகாய், சீரக மசாலாவைச் சேர்க்கவும். மஞ்சள் தூள், தேவையான அளவு உப்பு போடவும். மிதமான தீயில் குழம்பைக் கொதிக்கவிடவும். குழம்பு கொதித்து எண்ணெய் பிரிந்ததும் அதில் ஈரல் துண்டுகளைப் போட்டு சும்மா இரண்டு மூன்றுமுறை கிளறி விட்டு இறக்கி விடவும். ஏனெனில் ஈரலை அதிக நேரம் அடுப்பில் வைத்திருந் தால் ஈரல் இறுகி விடும். சுவை போய் விடும். கடைசியாக கருவேப்பிலை, கொத்தமல்லித் தழை போட்டு இறக்கவும்.

❖ சுவையான ஈரல் குழம்பு தயார்.

31. செட்டிநாட்டு பெப்பர் மட்டன் கிரேவி

தேவையான பொருள்கள்:

ஆட்டுக்கறி	– 1 கிலோ
பெரிய வெங்காயம்	– 2
தக்காளி	– 2
பூண்டு	– 5 பல்
பச்சை மிளகாய்	– 2
இஞ்சி	– ஒரு அங்குலத் துண்டு
மிளகு	– 2 டேபிள் ஸ்பூன்
சீரகம்	– ¼ ஸ்பூன்
எண்ணெய்	– 2 டேபிள் ஸ்பூன்
உப்பு	– தேவையான அளவு

சமைக்கும்விதம்:

❖ முதலில் ஆட்டுக்கறியை சுத்தம் செய்து துண்டுகளாக்கி வேக வைத்து எடுத்துக்கொள்ளவும்

❖ வெங்காயத்தை கரகரப்பாக அரைத்து வைக்கவும். தக் காளியை தனியாக அரைத்துக்கொள்ளவும்.

❖ அடுத்து பச்சை மிளகாய், இஞ்சி, பூண்டு, மிளகு, சீரகம் அனைத்தையும் சேர்த்து நன்றாக அரைத்துக்கொள்ளவும்.

❖ பின் வாணலியில் எண்ணெய் ஊற்றிக் காய்ந்ததும் அரைத்து வைத்துள்ள இஞ்சி, பூண்டு மசாலாக் கலவையை ஊற்றி வதக்கவும். அதன் பிறகு அரைத்து வைத்துள்ள வெங்காயம், தக்காளி கரைசலை ஊற்றிக் கிளறவும். பின் மஞ்சள் பொடி, தேவையான அளவு உப்பு சேர்த்து கூடவே வேக வைத்துள்ள ஆட்டுக்கறியையும் போட்டு நன்கு வதக்கவும். சிறிது தண்ணீர் ஊற்றி மிதமான தீயில் கொதிக்கவிடவும். குழம்பு சுண்டி கிரேவி பதத்துக்கு வந்ததும் கொத்தமல்லித் தழை தூவி இறக்கவும்.

❖ சுவையான பெப்பர் மட்டன் கிரேவி தயார்.

மட்டன் வதக்கல், வறுவல்,
பொரியல் அயிட்டங்கள்

32. ஆட்டுக்கறி சுக்கா வறுவல்

தேவையான பொருள்கள்:

மட்டன்	– ¾ கிலோ
பெரிய வெங்காயம்	– 1
தக்காளி	– 2
இஞ்சிப்பூண்டு விழுது	– ½ டேபிள் ஸ்பூன்
சாம்பார் மிளகாய் தூள்	– 1 டேபிள் ஸ்பூன்
மிளகுத் தூள்	– 1 ஸ்பூன்
மஞ்சள் தூள்	– ½ ஸ்பூன்
எண்ணெய்	– 100 கிராம்

மட்டன் வேகவைக்க தேவையான பொருள்கள்:

பெரிய வெங்காயம்	– 1
தக்காளி	– 2
கரம் மசாலா	– ½ ஸ்பூன்
மிளகுத் தூள்	– ½ ஸ்பூன்
சாம்பார் மிளகாய் தூள்	– ½ ஸ்பூன்
மஞ்சள் தூள்	– சிட்டிகை

தாளிக்க:

சோம்பு	– 1 ஸ்பூன்
மிளகாய் வற்றல்	– 3
கறிவேப்பிலை	– கைப்பிடி அளவு

சமைக்கும்விதம்:

❖ ஆட்டுக்கறியை சுத்தம் செய்து துண்டுகளாக்கிக் கொண்டு அதனுடன் வெங்காயம், தக்காளியை நறுக்கிப் போட்டு, கூடவே கரம் மசாலா, மிளகுத் தூள், மிளகாய் தூள், மஞ்சள் தூள் போட்டு மிருதுவாக வேக வைத்துக்கொள்ளவும்.

❖ அடுத்து மற்றொரு வெங்காயம், தக்காளியை நறுக்கி வைத்து, வாணலியில் எண்ணெய் விட்டுக் காய்ந்ததும் கருவேப்பிலை, சோம்பு, மிளகாய் வற்றல் கிள்ளிப் போட்டு தாளித்து இஞ்சி, பூண்டு போட்டு வதக்கவும். பின் வெங்காயம், தக்காளி சேர்த்து வதக்கவும். எல்லாம் சேர்ந்து வதங்கியதும் மிளகாய் தூள், மஞ்சள் தூள், மிளகுத் தூள், கரம் மசாலா சேர்த்துப் பிரட்ட வும். கடைசியாக வேக வைத்த ஆட்டுக்கறியை சேர்த்துக் கலந்து தேவையான அளவு உப்பு போட்டு லேசாக தண்ணீர் தெளித்து எண்ணெய் பிரிந்து நன்கு சுருள வரும்வரை வதக்கி இறக்கவும். மேலே கொத்தமல்லித் தழை தூவி பரிமாறவும்.

33. செட்டிநாட்டு கறி வதக்கல்

தேவையான பொருள்கள்:

ஆட்டுக்கறி	– 1 கிலோ
பெரிய வெங்காயம்	– 2
சின்ன வெங்காயம்	– 100 கிராம்
தக்காளி	– 2
இஞ்சி, பூண்டு விழுது	– 1 டேபிள் ஸ்பூன்
சோம்பு	– ½ ஸ்பூன்
சீரகம்	– ½ ஸ்பூன்
பட்டை	– 2
கிராம்பு	– 2

மிளகு	– ½ ஸ்பூன்
பச்சை மிளகாய் பொடி	– 2 ஸ்பூன்
தனியாத் தூள்	– 2 ஸ்பூன்
கடுகு	– ½ ஸ்பூன்

சமைக்கும்விதம்:

❖ ஆட்டுக்கறியை கழுவிச் சுத்தம் செய்து துண்டுகள் போட்டு வைக்கவும்.

❖ அடுத்து சின்ன வெங்காயம், சோம்பு, சீரகம், மிளகு, பட்டை, கிராம்பு அனைத்தையும் சேர்த்து கரகரப்பாக அரைத்துக் கொள்ளவும்.

❖ பின் ஆட்டுக்கறியுடன் அரைத்தெடுத்த மசாலாவுடன், மிள காய் தூள், மஞ்சள் தூள், தனியா தூள், இஞ்சி, பூண்டு விழுது சேர்த்துப் பிசைந்து அரைமணி நேரம் ஊற விடவும்.

❖ பிறகு குக்கரில் 1 டேபிள் ஸ்பூன் எண்ணெய் ஊற்றிக் காய்ந் ததும், மசாலாவில் ஊற வைத்துள்ள கறித் துண்டுகளைப் போட்டு வதக்கி தேவையான அளவு தண்ணீர் ஊற்றி மூடி 4 விசில் வரும்வரை வேக வைத்து இறக்கவும்.

❖ கடைசியாக அடுப்பில் வாணலி வைத்து எண்ணெய் ஊற்றிக் காய்ந்ததும் கடுகு போட்டு பொறிய விட்டு கருவேப்பிலை தாளிக்கவும். வெங்காயம் போட்டு வதக்கவும். அது நன்கு வதங்கியதும் தக்காளையை சேர்த்து மேலும் வதக்கி அத னுடன் வேக வைத்துள்ள ஆட்டுக்கறியைச் சேர்த்துக் கிளற வும். எண்ணெய் பிரிந்து வரும்வரை வதக்கி கொத்தமல்லித் தழை தூவி இறக்கவும். சுடச் சுட பரிமாறவும்.

❖ காரசாரமான செட்டுநாட்டு கறி வதக்கல் நாக்கைச் சுண்டி இழுக்கும்.

34. செட்டிநாட்டு ஆட்டுக்கறி சாப்ஸ்

தேவையான பொருள்கள்:

| கறி | – ½ கிலோ |
| முட்டை | – 2 |

சின்ன வெங்காயம்	– 100 கிராம்
இஞ்சி, பூண்டு விழுது	– 1 டேபிள் ஸ்பூன்
மிளகு	– 4 ஸ்பூன்
சீரகம்	– 1 ஸ்பூன்
சோம்பு	– 1 ஸ்பூன்
பட்டை	– 2
லவங்கம்	– 2
எண்ணெய்	– 100 கிராம்
உப்பு	– தேவையான அளவு

சமைக்கும்விதம்:

❖ முதலில் ஆட்டுக்கறியை கழுவிச் சுத்தம் செய்து துண்டு களாக்கிக் கொள்ளவும்.

❖ அடுத்து சோம்பு, மிளகு, சீரகம், பட்டை, லவங்கம், இஞ்சி, பூண்டு விழுது இவற்றுடன் வெங்காயத்தையும் சேர்த்து மழமழப்பாக தண்ணீர் சேர்க்காமல் கெட்டியாக அரைத்துக் கொள்ளவும்.

❖ பின் ஒரு பாத்திரத்தில் இரண்டு சிட்டிகை உப்பு, ஒரு சிட்டிகை மஞ்சள் தூள் போட்டு முட்டையை உடைத்து ஊற்றி நன்றாக அடித்து வைக்கவும்.

❖ அதற்கடுத்து அடுப்பில் குக்கர் வைத்து சுத்தம் செய்த ஆட்டுக் கறியைப் போட்டு அதனுடன் அரைத்து வைத்துள்ள மசாலா மற்றும் தேவையான அளவு உப்பு போட்டு ½ தம்ளர் தண்ணீர் ஊற்றி 5 விசில் வரை விட்டு வேகவைத்து எடுத்துக் கொள்ளவும்.

❖ கடைசியாக அடுப்பில் வாணலியை வைத்து எண்ணெய் ஊற்றிக் காய்ந்ததும் வேக வைத்துள்ள ஆட்டுக்கறித் துண்டு களை முட்டையில் தோய்த்தெடுத்து பொன்னிறத்தில் பொரித்தெடுக்கவும்.

❖ நீளவாக்கில் நறுக்கிய வெங்காயத்துடன் பரிமாறவும்.

தேவையான பொருள்கள்:

கொத்துக்கறி	– ¼ கிலோ
பெரிய வெங்காயம்	– 2
பச்சை மிளகாய்	– 5
பூண்டு	– 6 பல்
இஞ்சி	– சிறு துண்டு
முட்டை	– 1
தேங்காய் துருவல்	– 2 டேபிள் ஸ்பூன்
பெரும் சீரகம்	– 1 ஸ்பூன்
பட்டை	– சின்ன துண்டு
கசகசா	– 2 ஸ்பூன்
மிளகாய் வற்றல்	– 6
பொரிகடலை	– 2 ஸ்பூன்
மஞ்சள் தூள்	– 1 சிட்டிகை
எண்ணெய்	– 100 கிராம்
டால்டா	– ¼ கிலோ
உப்பு	– தேவையான அளவு

சமைக்கும்விதம்:

❖ முதலில் கொத்துக்கறியைக் கழுவி சுத்தம் செய்துகொள்ள
   வும்.

❖ அடுத்து வெங்காயம், பச்சை மிளகாய், இஞ்சி, பூண்டை
   பொடியாக நறுக்கிக்கொள்ளவும்.

❖ தேங்காய், கசகசா சேர்த்து மை பதத்தில் அரைத்து வைக்கவும்.

❖ பின் குக்கரில் 3 டேபிள் ஸ்பூன் எண்ணெய் விட்டுக் காய்ந்ததும்
   பட்டை, சீரகம் தாளித்து, நறுக்கி வைத்துள்ள வெங்காயம்,
   பச்சை மிளகாய், இஞ்சி, பூண்டு அனைத்தையும் போட்டு
   வதக்கி கூடவே கொத்துக்கறியையும் போட்டு பிரட்டவும்.
   சிறிதளவு தண்ணீர் விட்டு கறியை வேகவிடவும்.

❖ கறி நன்கு வெந்து தண்ணீர் சுண்டியதும் அதை கீழே இறக்கி வைத்து, முட்டையை உடைத்து கறியின் மேல் ஊற்றவும். அதனுடன் அரைத்து வைத்துள்ள தேங்காய் விழுதையும் போட்டுக் கலந்து நன்கு பிசைந்துகொண்டு சிறு சிறு உருண்டைகளாகப் பிடித்து வைக்கவும்.

❖ பிறகு வாணலியில் டால்டாவை ஊற்றிக் காய்ந்ததும் உருண்டைகளை போட்டுப் பொரித்தெடுக்கவும்.

❖ சூடான சுவையான கறிக் கோளா உருண்டை ரெடி.

36. செட்டிநாட்டு வறட்டுக் கறி

தேவையான பொருள்கள்:

ஆட்டுக்கறி	– 1 கிலோ
பெரிய வெங்காயம்	– 4
மிளகாய் வற்றல்	– 30
தனியா	– 2 டேபிள் ஸ்பூன்
மிளகு	– 1 ஸ்பூன்
சீரகம்	– 1 ஸ்பூன்
சோம்பு	– 1 ஸ்பூன்
லவங்கம்	– 1
பட்டை	– சின்ன துண்டு
நல்லெண்ணெய்	– ¼ கிலோ
வெண்ணெய்	– 50 கிராம்
கருவேப்பிலை, மல்லித் தழை	– கைப்பிடி அளவு
உப்பு	– தேவையான அளவு

சமைக்கும்விதம்:

❖ வழக்கம்போல் ஆட்டுக்கறியை கழுவி சுத்தம் செய்து துண்டு களாக்கிக் கொள்ளவும்.

❖ வெங்காயத்தை பொடியாக நறுக்கி வைக்கவும்.

❖ அடுத்து வாணலியில் 1 ஸ்பூன் எண்ணெய் விட்டுக் காய்ந்ததும் மிளகு, சீரகம், மிளகாய் வற்றல், தனியா அனைத்தையும் லேசாக வறுத்து மைய அரைத்துக்கொள்ளவும்.

❖ பின் கழுவி வைத்துள்ள ஆட்டுக்கறியுடன் அரைத்து எடுத்த மசாலாவைப் போட்டுப் பிசைந்து கூடவே சிட்டிகை மஞ்சள் தூள், தேவையான அளவு உப்பு சேர்த்து பிரட்டி வைக்கவும்.

❖ அப்புறம் அடுப்பில் வாணலி வைத்து எண்ணெய் ஊற்றிக் காய்ந்ததும் சொம்பு, பட்டை, லவங்கம் தாளித்து வெங் காயத்தைப் போட்டு பொன்னிறமாக வதக்கவும். பின் அத னுடன் மசாலா பிசைந்து ஊறவைத்துள்ள கறியைச் சேர்த்துப் பிரட்டி சிறிதளவு தண்ணீர் சேர்த்து கறியை வேகவிடவும்.

❖ கறி நன்கு வெந்ததும் அதனுடன் வெண்ணெயைச் சேர்க்க வும். மேலும் கொதித்து எண்ணெய் பிரிந்ததும் மேலும் 5 நிமிடம் அடி பிடிக்காமல் கிளறி சுருள இறக்கவும். கருவேப் பிலை, கொத்தமல்லித் தழை தூவி பரிமாறவும்.

37. செட்டிநாட்டு கொத்துக்கறி, கடலைப்பருப்பு மசாலா

தேவையான பொருள்கள்:

கொத்துக்கறி	– 200 கிராம்
கடலப்பருப்பு	– 100 கிராம்
சின்ன வெங்காயம்	– 100 கிராம்
பூண்டு	– 10 பல்
இஞ்சி	– 1 அங்குலத் துண்டு
மஞ்சள் தூள்	– சிட்டிகை அளவு
மட்டன் மசாலாத் தூள்	– 2 ஸ்பூன்
சோம்பு	– ½ ஸ்பூன்
சீரகம்	– ½ ஸ்பூன்
கறிவேப்பிலை	– கைப்பிடி அளவு
எண்ணெய்	– 2 டேபிள் ஸ்பூன்
உப்பு	– தேவையான அளவு

சமைக்கும்விதம்:

❖ கொத்துக்கறியை நன்கு கழுவி சுத்தம் செய்து வைக்கவும்.

❖ கடலைப்பருப்பை தண்ணீரில் ½ மணி நேரம் ஊறவைக்கவும்.

❖ சின்ன வெங்காயத்தை பொடியாக நறுக்கிக்கொள்ளவும்.

❖ அடுத்து அடுப்பில் குக்கர் வைத்து எண்ணெய் ஊற்றிக் காய்ந்ததும் சோம்பு, சீரகம், கருவேப்பிலை தாளித்து வெங்காயம், இஞ்சி, பூண்டு விழுது போட்டு வதக்கவும். பச்சை வாசனை போக வதங்கியதும் கொத்துக்கறி போட்டுப் பிரட்டவும். அடுத்து ஊற வைத்த கடலைப்பருப்பு சேர்த்துப் பிரட்டவும். பின் அதனுடன் மஞ்சள் தூள், மட்டன் மசாலாத் தூள், தேவையான அளவு உப்பு சேர்த்துக் கிளறவும். ஒரு விசில் விட்டு இறக்கவும். மூடி திறந்து மேலும் கொஞ்சம் எண்ணெய் விட்டு அது கெட்டியாகும் வரை விட்டு கொத்தமல்லித் தழை தூவி இறக்கவும்.

❖ சுடச் சுட பரிமாறவும்.

38. செட்டிநாட்டு ஈரல் வதக்கல்

தேவையான பொருள்கள்:

ஈரல்	– ¼ கிலோ
பெரிய வெங்காயம்	– 100 கிராம்
சோம்பு	– ¼ ஸ்பூன்
மிளகுத்தூள்	– 2 ஸ்பூன்
சீரகம்	– 1 ஸ்பூன்
நல்லெண்ணெய்	– 100 கிராம்
மஞ்சள் தூள்	– சிட்டிகை அளவு
உப்பு	– தேவையான அளவு

சமைக்கும்விதம்:

❖ ஈரலை கழுவி சுத்தம் செய்து துண்டுகளாக்கிக்கொள்ளவும்.

❖ வெங்காயத்தை பொடியாக நறுக்கிக்கொள்ளவும்.

❖ பின் அடுப்பில் வாணலி வைத்து எண்ணெய் ஊற்றிக் காய்ந் ததும் சோம்பு போட்டுத் தாளித்து வெங்காயத்தைப் போட்டு வதக்கவும். அது பொன் நிறத்தில் வதங்கியதும் கூடவே ஈரலைப் போட்டுக் கிளறவும். பின் அதனுடன் மஞ்சள் தூள், மிளகுத் தூள், சீரகத் தூள், தேவையான அளவு உப்பு சேர்த்துக் கிளறி அரை தம்ளர் தண்ணீர் விட்டு மூடி வைக்கவும்.

❖ ஈரல் சீக்கிரமே வெந்து விடும் என்பதால் சிறு தீயில் சுண்ட விட்டு கிளறி ஈரல் நிறம் மாறியதும் இறக்கி கொத்தமல்லித் தழை தூவவும்.

❖ சுடச் சுட பரிமாறவும்.

39. செட்டிநாட்டு மூளை வதக்கல்

தேவையான பொருள்கள்:

மூளை	– 2
வெங்காயம்	– 100 கிராம்
பச்சை மிளகாய்	– 4
மஞ்சள் தூள்	– சிட்டிகை அளவு
எண்ணெய்	– 100 கிராம்
உப்பு	– தேவையான அளவு

சமைக்கும்விதம்:

❖ மூளைகளைக் கழுவி சுத்தம் செய்து ஒவ்வொன்றையும் நான்கு துண்டுகளாக்கிக் கொள்ளவும்.

❖ வெங்காயத்தை உரித்து பொடியாக நறுக்கிக்கொள்ளவும்.

❖ பின் வாணலியில் எண்ணெய் ஊற்றிக் காய்ந்ததும் சீரகம் தாளித்து வெங்காயத்தை சேர்த்து வதக்கவும்.

❖ வெங்காயம் பொன்னிறமாக வதங்கிய பின் மஞ்சள் தூள், மிளகுத் தூள், தனியா தூள், தேவையான அளவு உப்பு சேர்த்துப் பிரட்டி ½ தம்ளர் தண்ணீர் ஊற்றிக் கொதிக்க விடவும். ஈரேவி நன்கு கொதித்ததும் மூளைத் துண்டுகளைப்

போட்டு, சிறு தீயில் வேகவிடவும். மூளை சீக்கிரத்திலேயே வெந்து விடும். இரண்டொருமுறை லேசாக பிரட்டி விட்டு நன்கு சுண்டியதும் கருவேப்பிலை கொத்தமல்லித் தழை தூவி இறக்கவும்.

❖ சாம்பார், ரசம் சாதத்துக்கு தொட்டுக்கொள்ள மிகச் சுவையான சைட் டிஷ் இது.

40. நுரையீரல் மிளகுப் பிரட்டல்

தேவையான பொருள்கள்:

நுரையீரல்	– 1
வெங்காயம்	– 1
தக்காளி	– 2
இஞ்சி, பூண்டு விழுது	– 1 ஸ்பூன்
மிளகு	– 2 ஸ்பூன்
சீரகம்	– 1 ஸ்பூன்
சோம்பு	– அரை ஸ்பூன்
பட்டை	– 1
எண்ணெய்	– 100 கிராம்
உப்பு	– தேவையான அளவு
கருவேப்பிலை, கொத்தமல்லித் தழை	– கைப்பிடி அளவு

சமைக்கும்விதம்:

❖ நுரையீரலைக் கழுவி துண்டுகளாக்கி வைக்கவும். வெங் காயம், தக்காளியை பொடியாக நறுக்கிக்கொள்ளவும்.

❖ வாணலியில் சிறிதளவு எண்ணெய் ஊற்றிக் காய்ந்ததும் சோம்பு, மிளகு, சீரகத்தை லேசாக வாசனை வரும் வரை வறுத்து பின் பொடித்துக் கொள்ளவும்.

❖ அடுத்து மீண்டும் அடுப்பில் வாணலியை வைத்து 3 ஸ்பூன் எண்ணெய் ஊற்றவும். காய்ந்ததும் பட்டை, கருவேப்பிலை தாளித்து வெங்காயம், தக்காளி, இஞ்சி, பூண்டு விழுது சேர்த்து பச்சை வாசனை போகும்வரை வதக்கவும். கூடவே மஞ்சள்

தூள் சேர்த்து நுரையீரலையும் போட்டு அரை தம்ளர் தண்ணீர் விட்டு தேவையான அளவு உப்பு போட்டு ஈரலை வேக விடவும்.

❖ ஈரல் வெந்ததும் அரைத்து வைத்துள்ள பொடியை நுரையீரல் மீது தூவிப் புரட்டி கொத்தமல்லித் தழை தூவி எண்ணெய் பிரிந்து சுருளச் சுருள வரும்வரை கிளறி இறக்கவும்.

41. குடல் கூட்டு

தேவையான பொருள்கள்:

குடல்	– 1 ஆட்டுக்குடல்
கடலைப்பருப்பு	– 100 கிராம்
வெங்காயம்	– 2
தக்காளி	– 2
இஞ்சி, பூண்டு விழுது	– 1 ஸ்பூன்
தேங்காய்	– ¼ மூடி
மிளகாய் தூள்	– ¼ ஸ்பூன்
சாம்பார் மிளகாய்த்தூள்	– 2 ஸ்பூன்
சோம்பு	– 1 ஸ்பூன்
பட்டை	– 1
லவங்கம்	– 1
எண்ணெய்	– 100 மி.லி
உப்பு	– தேவையான அளவு

சமைக்கும்விதம்:

❖ ஆட்டுக்குடலை நன்கு சுத்தம் செய்து துண்டுகளாக நறுக்கி வைத்துக் கொள்ளவும்.

❖ வெங்காயம், தக்காளியை பொடியாக அரிந்து கொள்ளவும். ½ மூடி தேங்காயை துருவி வைக்கவும்.

❖ பின் அடுப்பில் குக்கர் வைத்து நறுக்கிய குடல், கடலைப் பருப்பு, வெங்காயம், தக்காளி, இஞ்சி பூண்டு விழுது, மஞ்சள் தூள், மிளகாய் தூள், தேவையான அளவு உப்பு அனைத்தையும் போட்டு மூடி 5 விசில் விடவும். குடல் வெந்ததும் இறக்கவும்.

❖ அடுத்து வாணலியில் எண்ணெய் ஊற்றிக் காய்ந்ததும் கருவேப் பிலை, சோம்பு, பட்டை, லவங்கம் தாளித்து அதில் வெந்த குடல் கூட்டைக் கொட்டிக் கிளறவும். அதனுடன் தேங்காய்த் துருவல் சேர்த்து நன்றாக கிளறி கொத்தமல்லி தூவி இறக்கவும்.

❖ சுவையான குடல் கூட்டை சுடச் சுட பரிமாறவும்.

42. செட்டிநாட்டு இரத்தப் பொரியல்

தேவையான பொருள்கள்:

ஆட்டு ரத்தம்	– 1 கட்டி
வெங்காயம்	– 4
மிளகாய் வற்றல்	– 6
பூண்டு	– 5 பல்
சோம்பு	– 2 ஸ்பூன்
கடுகு, உளுத்தம்பருப்பு	– 1 ஸ்பூன்
தேங்காய் துருவல்	– 3 டேபிள் ஸ்பூன்
கருவேப்பிலை	– கைப்பிடி அளவு
எண்ணெய்	– 2 ஸ்பூன்
உப்பு	– தேவையான அளவு

சமைக்கும்விதம்:

❖ முதலில் இரத்தத்தைக் கழுவி வாணலியில் இரத்தம் மூழ்கும் வரை தண்ணீர் விட்டு மூடி நன்கு வேகவிடவும்.

❖ வெங்காயத்தை பொடியாக நறுக்கி வைக்கவும். தேங்காயை துருவி வைக்கவும். பூண்டை உரித்து நசுக்கிக் கொள்ளவும்.

❖ இரத்தம் நன்கு வெந்ததும் அதை சிறு துண்டுகளாக நறுக்கி வைக்கவும்.

❖ அடுத்து சோம்பு, மிளகாய் வற்றல் இரண்டையும் வாணலியில் போட்டு வறுத்து பொடி செய்துகொள்ளவும்.

❖ பிறகு மீண்டும் வாணலியில் எண்ணெய் ஊற்றிக் காய்ந்ததும் கடுகு, உளுத்தம்பருப்பு தாளித்து கருவேப்பிலை, வெங்காயம் போட்டு வதக்கவும். பின் நறுக்கி வைத்துள்ள இரத்தத் துண்டு களை போட்டு வதக்கவும். தேவையான அளவு உப்பு

சேர்த்து, வறுத்து அரைத்து வைத்துள்ள பொடியையும், நசுக்கி வைத்துள்ள பூண்டையும்போட்டுக் கிளறி கடைசியாக தேங்காய் துருவலைத் தூவி இறக்கவும்.

❖ சுவையான இரத்தப் பொரியலை சூடாகப் பரிமாறவும். சூடு ஆறினால் சுவை குன்றி விடும்.

<u>செட்டி நாடு சிக்கன் சமையல்</u>

தேவையான பொருள்கள்:

கோழிக்கறி	–	1 கிலோ
சின்ன வெங்காயம்	–	50 கிராம்
மிளகாய் வற்றல்	–	15
மிளகு	–	1 ஸ்பூன்
சீரகம்	–	3 ஸ்பூன்
தனியா	–	2 ஸ்பூன்
சோம்பு	–	¼ ஸ்பூன்
தேங்காய்	–	1 மூடி
வெண்ணெய்	–	1 டேபிள் ஸ்பூன்
நல்லெண்ணெய்	–	100 கிராம்
முந்திரிப்பருப்பு	–	10
மஞ்சள் தூள்	–	¼ ஸ்பூன்
உப்பு	–	தேவையான அளவு
கொத்தமல்லித் தழை	–	கைப்பிடி அளவு

சமைக்கும்விதம்:

❖ கோழிக்கறியைச் சுத்தம் செய்து துண்டுகளாக்கிக் கொள்ளவும்.

❖ மிளகு, சீரகம், தனியா, முந்திரிப்பருப்பு அனைத்தையும் சேர்த்து மை போல அரைத்துக்கொள்ளவும்.

❖ தேங்காயை அரைத்து பால் எடுத்து வைக்கவும்.

❖ பின் அடுப்பில் வாணலி வைத்து எண்ணெய் காய்ந்ததும் சோம்பு தாளித்து வெங்காயத்தைப் போட்டு வதக்கவும். வெங்காயம் பொன்னிறமாக வதங்கியதும் கோழிக் கறியை போட்டு வதக்கவும். மஞ்சள் தூள், தேவையான அளவு உப்பு சேர்த்து 1 தம்ளர் தண்ணீர் விட்டு கறியை வேகவிடவும்.

❖ கறி நன்கு வெந்ததும் அரைத்து வைத்திருக்கும் மசாலாவை தேங்காய் பாலில் கலக்கி, கொதிக்கும் கோழிக் குழம்பில் ஊற்றவும். வெண்ணெயையும் போட்டு சிறு தீயில் கோழிக் குழம்பை மேலும் கொதிக்கவிடவும். கறி வெந்து குழம்பு சுண்டி எண்ணெய் பிரிந்ததும் கொத்தமல்லித் தழை தூவி இறக்கவும்.

❖ சுவையான செட்டிநாட்டு கோழிக்குழம்பு ரெடி.

44. செட்டிநாட்டு கோழிக்குருமா

தேவையான பொருள்கள்:

கோழிக்கறி	– ½ கிலோ
வெங்காயம்	– 1
தக்காளி	– 1
உருளைக்கிழங்கு	– 2
பச்சை மிளகாய்	– 10
இஞ்சி பூண்டு விழுது	– 1 டேபிள் ஸ்பூன்
தனியாத்தூள்	– 2 ஸ்பூன்
தேங்காய்ப்பால்	– 2 கப்
பொடியாக நறுக்கிய புதினா,கொத்தமல்லி	– 1 கைப்பிடி
மஞ்சள்தூள்	– ¼ டீஸ்பூன்
எண்ணெய்	– 100 மி.லி
உப்பு	- தேவையான அளவு
தாளிக்க:	
பட்டை	– 1 சிறு துண்டு
கிராம்பு	– 3
ஏலக்காய்	– 2
பிரியாணி இலை	– 2

சமைக்கும்விதம்:

❖ கோழிக்கறியை சுத்தம் செய்து துண்டுகளாக்கிக்கொள்ளவும்.

❖ வெங்காயம், தக்காளியை நீளவாக்கில் நறுக்கிக்கொள்ளவும். பச்சை மிளகாயை கீறி வைக்கவும். புதினா, கொத்தமல்லித் தழையை பொடிப்பொடியாக அரிந்து வைக்கவும்.

❖ உருளைக்கிழங்கை துண்டுகளாக்கி வேகவைத்து எடுத்து வைக்கவும்.

❖ பின் வாணலியில் எண்ணெய் விட்டுக் காய்ந்ததும் பட்டை, கிராம்பு, ஏலக்காய், பிரியாணி இலை போட்டு தாளித்து வெங்காயம், பச்சை மிளகாய், இஞ்சி, பூண்டு விழுது சேர்த்து வதக்கவும். பச்சை வாசனை போனதும் தக்காளி போட்டு கூழாகும்வரை நன்கு வதக்கவும். கூடவே மஞ்சள்தூள், தனியாத்தூள், புதினா, கொத்தமல்லித் தழை அனைத்தையும் ஒன்றன் பின் ஒன்றாக போட்டு வதக்கவும்.

❖ எல்லாம் நன்கு வதங்கியதும் கோழிக்கறியை சேர்த்து மேலும் வதக்க விட்டு தேங்காய் பால் ஊற்றிக் கொதிக்கவிடவும்.

❖ கறி வெந்ததும் வேக வைத்த உருளைக்கிழங்கை போடவும். மேலும் ஐந்து நிமிடங்கள் கொதிக்கவிட்டு இறக்கவும்.

❖ சூடாகப் பரிமாறவும். இந்த குருமா சாதத்துக்கு மட்டுமில்லா மல் இட்லி, தோசை, ஆப்பம், பூரி, சப்பாத்தி போன்ற டிபன் வகைகளுக்கும் அட்டகாசமான சைட் டிஷ் ஆகும்.

45. கோழிக்கறி மிளகுக் குழம்பு

தேவையான பொருள்கள்:

கோழிக்கறி	– ½ கிலோ
பெரிய வெங்காயம்	– 1
தக்காளி	– 1
பூண்டு	– 10 பல்
மஞ்சள் தூள்	– 1 சிட்டிகை
மிளகுத்தூள்	– 2 டேபிள் ஸ்பூன்
தனியாத்தூள்	– ½ டேபிள் ஸ்பூன்

பட்டை	– 1 துண்டு
கிராம்பு	– 3
பிரியாணி இலை	– 2
வினிகர்	– ½ டேபிள் ஸ்பூன்
எண்ணெய்	– 50 மி.லி
உப்பு	– தேவையான அளவு
கருவேப்பிலை, கொத்தமல்லித் தழை	– கைப்பிடி அளவு

சமைக்கும்விதம்:

❖ கோழிக்கறியைச் சுத்தம் செய்து துண்டுகளாக்கிக் கொள்ளவும்.

❖ வெங்காயம், தக்காளியை பொடியாக நறுக்கிக்கொள்ளவும்.

❖ அடுத்து வாணலியில் எண்ணெய் விட்டுக் காய்ந்ததும் பட்டை, கிராம்பு, பிரியாணி இலை தாளித்து வெங்காயம், பூண்டை முதலில் போட்டு வதக்கவும். இரண்டும் நன்கு வதங்கியதும் தக்காளியைப் போட்டு நன்றாக வதக்கவும்.

❖ எல்லாம் நன்கு வதங்கியதும் கோழிக்கறியைப் போட்டு வதக்கி பின் மஞ்சள் தூள், மிளகுத் தூள், தனியாத் தூள் வினிகர் சேர்த்துக் கிளறவும். 1 தம்ளர் தண்ணீர் விட்டு தேவையான அளவு உப்பு சேர்த்துக் கொதிக்கவிடவும்.

❖ குழம்பு நன்றாகக் கொதித்து கோழிக்கறி வெந்ததும் கருவேப்பிலை, மல்லித் தழை தூவி இறக்கவும்.

❖ கமகமக்கும் மிளகு கோழிக்குழம்பு தயார்.

46. கானாடுகாத்தான் கோழிக்குழம்பு

தேவையான பொருள்கள்:

கோழிக்கறி	– ½ கிலோ
பெரிய வெங்காயம்	– 1
தக்காளி	– 1
பச்சைமிளகாய்	– 5
தனியா	– 1 கப்
மிளகு, சீரகம்	– தலா 1 ஸ்பூன்

பட்டை, ஏலக்காய்	– தலா 1
கிராம்பு	– 2
இஞ்சி, பூண்டு விழுது	– 1 ஸ்பூன்
மஞ்சள்தூள்	– ½ ஸ்பூன்
மிளகாய்தூள்	– 1 ஸ்பூன்
கறிவேப்பிலை	– ஒரு கொத்து
உப்பு	– தேவையான அளவு

சமைக்கும்விதம்:

❖ கோழிக்கறியைச் சிறு துண்டுகளாக நறுக்கி சுத்தம் செய்து வைத்துக் கொள்ளவும்.

❖ வெங்காயம், தக்காளியை நறுக்கிக் கொள்ளவும்.

❖ தனியா, மிளகு, சீரகம், பச்சை மிளகாய், கறிவேப்பிலை அனைத்தையும் சேர்த்து மை போல அரைத்து வைத்துக் கொள்ளவும்.

❖ வாணலியில் எண்ணெய் விட்டு சூடானதும், பட்டை, கிராம்பு, ஏலக்காய், சிறிதளவு கறிவேப்பிலை போட்டுத் தாளிக்கவும். பின் வெங்காயம், இஞ்சி, பூண்டு விழுது போட்டு பச்சை வாசனை போகும்வரை வதக்கவும். நன்றாக வதங்கியதும் தக்காளியைப் போட்டு வதக்கவும்.

❖ எல்லாமும் நன்கு வதங்கிய பிறகு கோழிக்கறியைப் போட்டு மஞ்சள்தூள், மிளகாய்தூள், உப்பு போட்டு 2 தம்ளர் தண்ணீர் ஊற்றி வேக விடவும்.

❖ கோழிக்கறி நன்றாக வெந்ததும் மை போல அரைத்து வைத் துள்ள கலவையை ஊற்றிக் கிளறவும். எண்ணெய் பிரிந்து வரும் வரை கொதிக்க விடவும். கடைசியாக கொத்தமல்லித் தழையைத் தூவவும். சுடச் சுடப் பரிமாறவும்.

47. செட்டிநாட்டு ஸ்பெஷல் சிக்கன் குழம்பு

தேவையான பொருள்கள்:

| கோழிக்கறி | – ½ கிலோ, |
| பெரிய வெங்காயம் | – 3 |

தக்காளி	– 3
இஞ்சி, பூண்டு விழுது	– 2 ஸ்பூன்
மிளகாய்த்தூள், கசகசா	– தலா 2 ஸ்பூன்
தனியா தூள்	– 3 ஸ்பூன்
சீரகத் தூள், சோம்புத் தூள்	– தலா 1 ஸ்பூன்
மஞ்சள் தூள்	– ½ ஸ்பூன்
தேங்காய்	– 1 மூடி
முந்திரி	– 10
உடைச்ச கடலை	– 50 கிராம்
உப்பு	– தேவையான அளவு

தாளிக்கத் தேவையான பொருள்கள்:

எண்ணெய்	– 3 டேபிள் ஸ்பூன்
பட்டை	– சிறிது
கிராம்பு	– 3
அன்னாசிப்பூ	– 2
சோம்பு	– ½ ஸ்பூன்
காய்ந்த மிளகாய்	– 5

சமைக்கும்விதம்:

❖ எப்போதும் போலக் கோழிக்கறியை துண்டுகளாக வெட்டி, சுத்தம் செய்யவும்.

❖ தேங்காய், முந்திரி, கசகசா, பொட்டுக்கடலையை மை போல அரைத்துத் தனியே வைக்கவும்.

❖ வெங்காயத்தையும், தக்காளியையும் பொடியாக நறுக்கிக் கொள்ளவும்.

❖ அடுத்து வாணலியில் எண்ணெய் விட்டு சூடானதும் சோம்பு தாளிக்கவும். பட்டை, கிராம்பு, அன்னாசிப்பூ போட்டு, கூடவே காய்ந்த மிளகாயைக் கிள்ளிப் போட்டுப் பொரிய விடவும். பிறகு வெங்காயத்தைப் போட்டு வதக்கவும்.

❖ வெங்காயம் பொன்னிறமாக வதங்கியதும், இஞ்சி பூண்டு விழுது போட்டு பச்சை வாசனை போகும்வரை வதக்கவும். பின் தக்காளியைப் போட்டு நன்கு வதக்கவும்.

❖ எல்லாம் வதங்கி சேர்ந்து வந்ததும் கோழிக்கறியைப் போட்டு வதக்கி, அதன் மேல் மஞ்சள் தூள், மிளகாய் தூள், தனியா தூள், சீரகத் தூள், சோம்புத் தூள் அனைத்தையும் போட்டு நன்றாகக் கிளறவும். கடைசியாகத் தேவையான அளவு உப்பு போட்டு 1 தம்ளர் தண்ணீர் விட்டு மூடவும்.

❖ கோழிக்கறி முக்கால் பதம் வெந்ததும், அரைத்த தேங்காய் விழுதைச் சேர்த்துச் சிறு தீயில் கொதிக்கவிடவும். அவ்வப் போது கிளறிவிட்டு, கறி நன்றாக வெந்ததும் இறக்கவும். கொத்துமல்லித்தழை தூவிப் பரிமாறவும்.

❖ இந்த செட்டிநாட்டு கோழிக்குழம்பு சாதத்துக்கு மட்டுமல் லாது, இட்லி, தோசை, சப்பாத்திக்கும் தொட்டுக் கொள்ளச் சுவையாக இருக்கும்.

48. செட்டிநாட்டு மிளகுக் கோழி வறுவல்

தேவையான பொருள்கள்:

கோழிக்கறி	– ½ கிலோ
வெங்காயம்	– 1
தக்காளி	– 1
இஞ்சி பூண்டு விழுது	– 1 டேபிள் ஸ்பூன்
மஞ்சள் தூள்	– 1 சிட்டிகை
மிளகுத் தூள்	– 1 டேபிள் ஸ்பூன்
தனியாத்தூள்	– ½ டேபிள் ஸ்பூன்
சோம்பு	– 1 டீஸ்பூன்
கறிவேப்பிலை, கொத்தமல்லித் தழை	– கைப்பிடி அளவு
எண்ணெய்	– 50 மி.லி
உப்பு	– தேவையான அளவு

சமைக்கும்விதம்:

❖ கோழிக்கறியை சுத்தம் செய்து துண்டுகளாக்கிக் கொள்ளவும்.

❖ வெங்காயம், தக்காளியை பொடியாக நறுக்கி வைக்கவும்.

❖ அடுத்து வாணலியில் எண்ணெய் ஊற்றிக் காய்ந்ததும் சோம்பு, கருவேப்பிலை தாளித்து வெங்காயம், இஞ்சி, பூண்டு விழுது சேர்த்து வதக்கவும். பச்சை வாசனை போனதும் தக்காளியை சேர்த்து கூழாகும்வரை வதக்கவும். பின் மஞ்சல் தூள், தனியாத் தூள் சேர்த்துப் பிரட்டி நன்கு வதக்கவும்.

❖ கடைசியாக கோழிக்கறியை போட்டு வதக்கி தேவையான அளவு உப்பு சேர்த்து லேசாக தண்ணீர் தெளித்து வேக விடவும். மூடி போட்டு மூடவும்.

❖ கோழிக்கறி பாதி வெந்ததும் மிளகுத்தூளை தூவி எண்ணெய் பிரிந்து நன்கு சுருண்டு தொக்கானதும் மல்லித்தழை தூவி இறக்கவும்.

❖ சுவையான செட்டிநாட்டு மிளகுக் கோழி வறுவல் தயார்.

49. செட்டிநாட்டு கோழிக்கறி பொடிமாஸ்

தேவையான பொருள்கள்:

கோழிக்கறி	– ½ கிலோ
சின்ன வெங்காயம்	– 50 கிராம்
பச்சை மிளகாய்	– 2
இஞ்சி	– ஓர் அங்குலத் துண்டு
பூண்டு	– 10 பல்
பச்சைப் பட்டாணி	– ¼ கப்
மஞ்சள் தூள்	– ¼ ஸ்பூன்
பச்சை மிளகாய் தூள்	– ½ டேபிள் ஸ்பூன்
தனியாத் தூள்	– ½ டேபிள் ஸ்பூன்
சோம்பு தூள்	– ½ டேபிள் ஸ்பூன்
கொத்தமல்லித்தழை	– கைப்பிடி அளவு
எண்ணெய்	– 50 மி.லி

சமைக்கும்விதம்:

❖ கோழிக்கறியை சுத்தம் செய்து, குக்கரில் போடவும். அத னுடன் மஞ்சள் தூள், மிளகாய் தூள், தனியாத் தூள், போட்டுக்

கிளறி ¼ தம்ளர் தண்ணீர் விட்டு 2 விசில் வரை விட்டு வேக வைக்கவும்.

❖ கறி வெந்ததும் இறக்கி தண்ணீர் வடித்து ஆற விட்டு எலும்பில்லாமல் சதைப்பகுதியை மட்டும் பொடிப் பொடியாக உதிர்த்து வைக்கவும்.

❖ வெங்காயம், பச்சை மிளகாய், இஞ்சி, பூண்டு, மல்லித் தழையை பொடியாக நறுக்கிக்கொள்ளவும்.

❖ பின் வாணலியில் எண்ணெய் விட்டு நறுக்கி வைத்துள்ள வெங்காயம், பச்சை மிளகாய், இஞ்சி, பூண்டு, பச்சைப் பட்டாணி போட்டு நன்கு வதக்கி கூடவே சோம்புத் தூள் போட்டு பிரட்டவும். எல்லாம் நன்கு வதங்கியதும் உதிர்த்து வைத்துள்ள கோழிக்கறியைப் போட்டுப் பிரட்டி சிறு தீயாக வைத்து மேலும் வேக விடவும். அடிபிடிக்காமல் பிரட்டி விட்டு உதிர் உதிராக வந்ததும் மல்லித் தழையை தூவி இறக்கவும்.

❖ சூப்பரான கோழிக்கறி பொடிமாஸ் ரெடி.

தேவையான பொருள்கள்:

கோழி	– 1 கிலோ
பெரிய வெங்காயம்	– 1
இஞ்சி, பூண்டு விழுது	– 1 டேபிள் ஸ்பூன்
தேங்காய்	– ½ மூடி
மிளகாய் வற்றல்	– 8
பட்டை	– 1
லவங்கம்	– 1
ஏலக்காய்	– 2
கிராம்பு	– 5
மிளகு	– ½ ஸ்பூன்
சீரகம்	– 1 ஸ்பூன்
கசகசா	– 1 டேபிள் ஸ்பூன்
தயிர்	– 100 மில்லி
எலுமிச்சம்பழம்	– 1

சமைக்கும்விதம்:

❖ கோழிக்கறியை சுத்தம் செய்து துண்டுகளாக்கிக்கொள்ளவும்.

❖ வெங்காயத்தை பொடியாக நறுக்கி வைக்கவும். தேங்காயை துருவி வைக்கவும்

❖ பின் வாணலியில் தேங்காய், மிளகாய் வற்றல், மிளகு, சீரகம் அனைத்தையும் வாணலியில் போட்டு லேசாக வறுத்து அதை கசகசா சேர்த்து சற்று நீர் தெளித்து மைபோல அரைத்து வைத்துக்கொள்ளவும்.

❖ இந்த மசாலாக் கலவையை தயிரில் போட்டு மஞ்சள் தூள், தேவையான அளவு உப்பு சேர்த்து நன்கு கலக்கவும். இதில் கோழிக்கறியைப் போட்டு நன்றாகப் புரட்டி அரை மணி நேரம் ஊறவைக்கவும்.

❖ அடுத்து வாணலியில் எண்ணெய் ஊற்றிக் காய்ந்ததும் பட்டை, லவங்கம், ஏலக்காய், கிராம்பு தாளித்து வெங்காயத்தைப் போட்டு வதக்கவும். பின் ஊறவைத்துள்ள கறிக்கலவையை ஊற்றி கொதிக்கவிடவும். கறி நன்கு வெந்து சுண்டியதும் கொத்தமல்லித் தழை தூவி இறக்கவும். தேவைப்பட்டால் ½ மூடி எலுமிச்சம் பழம் பிழிந்து பரிமாறலாம்.

51. செட்டிநாட்டு கோழி ரோஸ்ட்

தேவையான பொருள்கள்:

கோழி	–	½ கிலோ
சாம்பார் மிளகாய் தூள்	–	1 டேபிள் ஸ்பூன்
இஞ்சி, பூண்டு விழுது	–	1 ஸ்பூன்
எலுமிச்சம்பழம்	–	1
கேசரி பவுடர்	–	ஒரு சிட்டிகை அளவு
தயிர்	–	2 ஸ்பூன்
தேங்காய் எண்ணெய்	–	50 கிராம்
நெய்	–	50 கிராம்

சமைக்கும்விதம்:

❖ கோழிக்கறியை சுத்தம் செய்து துண்டுகளாக்கிக்கொள்ளவும்.

❖ அடுத்து அந்த கோழிக்கறித் துண்டுகளோடு இஞ்சி, பூண்டு விழுது, கேசரி பவுடர், எலுமிச்சம் பழச் சாறு சேர்த்துப் பிசைந்து தயிரில் தோய்த்து 1 மணிநேரம் ஊறவைக்கவும்.

❖ கறி நன்கு ஊறிய பிறகு அடுப்பில் குக்கர் வைத்து நெய் ஊற்றி கறியைப் போட்டு வதக்கவும். கூடவே மிளகாய் தூள், தேவையான அளவு உப்பு சேர்த்துப் பிரட்டி கால் மணி நேரம் வேக விடவும்.

❖ பின் தண்ணீரை நீக்கிவிட்டு கோழித் துண்டுகளை தனியே எடுத்து வைக்கவும்.

❖ கடைசியாக வாணலியில் தேங்காய் எண்ணெய் ஊற்றிக் காய்ந்ததும் வெந்த கோழித் துண்டுகளைப் போட்டு பொரித்து எடுக்கவும்.

❖ மொறமொறப்பான கோழி ரோஸ்டை சுடச் சுட பரிமாறவும்.

52. செட்டிநாட்டு மிளகாய் சிக்கன்

தேவையான பொருள்கள்:

கோழிக்கறி	– ½ கிலோ
மிளகாய் வற்றல்	– 2
பச்சை மிளகாய்	– 3
இஞ்சி, பூண்டு விழுது	– 1 ஸ்பூன்
வினிகர்	– 1 ஸ்பூன்
எண்ணெய்	– 100 கிராம்
உப்பு	– தேவையான அளவு

சமைக்கும்விதம்:

❖ முதலில் கோழிக்கறியை சுத்தம் செய்து சிறு துண்டுகளாக நறுக்கி வைத்துக் கொள்ளவும்.

❖ அடுத்து மிளகாய் வற்றலை மைபோல விழுதாக அரைத்து வைக்கவும். பச்சை மிளகாயை தனியே அரைத்துக் கொள்ளவும்.

❖ பின் வாயகன்ற ஒரு பாத்திரத்தில் கோழிக்கறி, மிளகாய் வற்றல் விழுது, பச்சை மிளகாய் விழுது, இஞ்சி, பூண்டு

விழுது, கூடவே வினிகர், தேவையான அளவு உப்பு சேர்த்து நன்கு பிரட்டி ½ மணி நேரம் ஊற வைக்கவும்.

❖ அடுத்து வாணலியில் எண்ணெய் விட்டுக் காய்ந்ததும் ஊற வைத்த கோழிக்கறி கலவையைப் போட்டு நன்கு வதக்கி மூடி போட்டு வேகவிடவும்.

❖ அவ்வப்போது திறந்து கிளறி விடவும். கோழிக்கறி வெந்ததும் திறந்து லேசாக நெய் ஊற்றி மீண்டும் கிளறவும். தீயை சிறிதாக்கி வதங்கவிடவும். மசாலா எல்லாம் ஒன்று திரண்டு கறியோடு சேர்ந்து சுருண்டதும் கொத்தமல்லித் தழை தூவி இறக்கிவிடவும்.

❖ சூடான மிளகாய் சிக்கன் ரெடி. காரம் மேலும் தேவைப்படு பவர்கள் கூடுதலாக மேலும் இரண்டு பச்சை மிளகாயை சேர்த்துக்கொள்ளலாம்.

❖ மிகச் சுவையான சைட் டிஷ் இது.

53. செட்டிநாட்டு ஜிஞ்சர் சில்லி சிக்கன்

தேவையான பொருள்கள்:

கோழிக்கறி	–	½ கிலோ
பெரிய வெங்காயம்	–	2
பச்சை மிளகாய்	–	4
இஞ்சி	–	ஓர் அங்குலத் துண்டு
மிளகுத் தூள்	–	½ ஸ்பூன்
மைதா மாவு	–	2 டேபிள் ஸ்பூன்
கார்ன் பவுடர்	–	2 டேபிள்ஸ்பூன்
பேக்கிங் பவுடர்	–	½ ஸ்பூன்
முட்டை	–	1
டால்டா	–	50 கிராம்
எண்ணெய்	–	100 மி.லி
உப்பு	–	தேவையான அளவு

சமைக்கும்விதம்:

❖ கோழிக்கறியை சுத்தம் செய்து துண்டுகளாக்கிக்கொள்ளவும்.

❖ வெங்காயத்தை சுருள் சுருளாக நறுக்கி வைக்கவும். இஞ்சி, பச்சை மிளகாயை பொடிப் பொடியாக நறுக்கி வைக்கவும்.

❖ அடுத்து ஒரு பாத்திரத்தில் மைதா மாவு, கார்ன் பவுடர், பேக்கிங் பவுடர், மிளகுத் தூள், தேவையான அளவு உப்பு சேர்த்து அத்துடன் முட்டையை உடைத்து ஊற்றவும். சிறிது தண்ணீர் சேர்த்து அனைத்தையும் கலந்து கரைத்து வைக்கவும்.

❖ பின் அடுப்பில் வாணலி வைத்து எண்ணெய் ஊற்றிக் காய்ந்ததும் கோழிக்கறித் துண்டுகளை கரைத்து வைத்துள்ள மாவில் முக்கி முக்கி வாணலியில் போட்டு பொரித் தெடுக்கவும்.

❖ பின் மீண்டும் வாணலியில் டால்டாவை ஊற்றி நறுக்கி வைத் துள்ள இஞ்சி, பச்சை மிளகாயை நன்கு வதக்கி அதனுடன் பொரித்து வைத்துள்ள கோழிக்கறித் துண்டுகளைப் போட்டு நன்கு பிரட்டி எடுக்கவும்.

❖ அவ்வளவுதான். சுவையான ஜிஞ்சர் சில்லி சிக்கன் ரெடி. அதன் மேல் ஏற்கெனவே நறுக்கி வைத்துள்ள சுருள் வெங் காயத்தைத் தூவி அலங்கரித்து பரிமாறவும்.

54. சிக்கன் 65

தேவையான பொருள்கள்:

கோழிக்கறி	– ½ கிலோ
கடலை மாவு	– 2 டேபிள் ஸ்பூன்
மிளகாய்த்தூள்	– 2 ஸ்பூன்
கேசரி கலர் பவுடர்	– 1 சிட்டிகை
இஞ்சி	– ஒரு அங்குலத் துண்டு
பூண்டு	– 6 பல்
சோம்பு	– ½ ஸ்பூன்
வினிகர்	– 2 டேபிள் ஸ்பூன்
எண்ணெய்	– லி கிலோ
உப்பு	– 1 ஸ்பூன்

சமைக்கும் விதம்:

❖ *சிக்கன் துண்டுகளை சின்னச் சின்னத் துண்டுகளாக்கி கழுவிச் சுத்தம் செய்து கொள்ளவும். அதிகம் எலும்பில்லாத துண்டு களாக இருந்தால் நல்லது. இஞ்சி, பூண்டு, சோம்பு மூன்றை யும் சேர்த்து விழுதாக அரைத்துக் கொள்ளவும்.*

❖ *அடுத்து ஒரு பாத்திரத்தில் கடலைமாவு, இஞ்சி பூண்டு சோம்பு விழுது, மிளகாய் தூள், கேசரி கலர் பவுடர், வினிகர், தேவை யான அளவு உப்பு சேர்த்து நன்றாகக் கலந்து கொள்ளவும்.*

❖ *அடுத்து அடுப்பில் வாணலி வைத்து எண்ணெய் ஊற்றிக் காய்ந்ததும் ஊற வைத்த சிக்கன் துண்டுகளைப் போட்டு பொன்னிறத்தில் பொரித்து எடுக்கவும்.*

❖ *அவ்வளவுதான் சிம்பிள். சிக்கன் 65 தயார்.*

❖ *இதை ஒரு அழகான தட்டில் நறுக்கின வெங்காயம், பச்சை மிளகாய், கொத்தமல்லித்தழை தூவி அலங்கரித்து ஓரத்தில் அரை மூடி எலுமிச்சை பழம் வைத்துப் பரிமாறவும். எந்த சாஸும் தொட்டுக் கொண்டு சாப்பிடலாம்.*

55. செட்டிநாட்டு மொறு மொறு சிக்கன்

தேவையான பொருள்கள்:

கோழிக்கறி	– 1 கிலோ
முட்டை	– 2
கார்ன் ஃப்ளார் மாவு	– 150 கிராம்
கேசரி கலர்	– ½ ஸ்பூன்
தக்காளி சாஸ், சில்லி சாஸ்	– தலா 1 டேபிள் ஸ்பூன்
சோயா சாஸ்	– 1 டேபிள் ஸ்பூன்
வினிகர்	– 3 டேபிள் ஸ்பூன்
அஜினோமோட்டோ	– ½ டேபிள் ஸ்பூன்
கறிவேப்பிலை	– 1 கொத்து
அரைக்க தேவையான பொருட்கள்:	
பட்டை, லவங்கம்	– தலா 10
ஏலக்காய்	– 5

சோம்பு	– 1 மேஜை கரண்டி
இஞ்சி பூண்டு விழுது	– 1 டேபிள் ஸ்பூன்
பச்சை மிளகாய்	– 15
எண்ணெய்	– லி கிலோ
உப்பு	– தேவையான அளவு

சமைக்கும்விதம்:

❖ கோழிக்கறியைத் துண்டுகளாக்கி கழுவிச் சுத்தம் செய்து வைத்துக்கொள்ளவும்.

❖ ஒரு பாத்திரத்தில் முட்டையை உடைத்து ஊற்றி, அதை நன்றாக அடித்து கொள்ளவும்.

❖ அடுத்து பட்டை, லவங்கம், ஏலக்காய், சோம்பு, பச்சை மிள காய், இஞ்சி பூண்டு விழுது சேர்த்து உப்பு போட்டு வினிகர் ஊற்றி அரைத்துக் கொள்ளவும்.

❖ அரைத்த விழுதை அடித்து வைத்துள்ள முட்டையில் போட்டு நன்றாகக் கலக்கிக் கொள்ளவும். பின் அதனுடன் கார்ன் ஃப்ளார் சேர்த்துக் கலக்கவும். கூடவே தக்காளி சாஸ், சில்லி சாஸ், சோயா சாஸ், வினிகர், அஜினொமோட்டோ, கருவேப் பிலை போட்டு நன்றாகக் கலக்கவும்.

❖ இந்தக் கலவையில் சிக்கனைப் போட்டு பிசறி, இரண்டு மணிநேரம் ஊறவிடவும்.

❖ இரண்டு மணிநேரம் கழிந்ததும், அடுப்பில் வாணலி வைத்து எண்ணெய் ஊற்றவும். எண்ணெய் காய்ந்ததும் சிக்கன் கலவையைக் கொஞ்சம் கொஞ்சமாக எடுத்து எண்ணெயில் போட்டுப் பொரித்து எடுக்கவும்.

❖ ருசியான மொறு மொறு சிக்கன் தயார். அப்படியே சாப் பிடலாம்.

56. செட்டிநாட்டு கோழிப் பொரியல்

தேவையான பொருள்கள்:

| சிக்கன் | – ¼ கிலோ |
| பெரிய வெங்காயம் | – 2 |

பச்சை மிளகாய்	– 3
புதினா	– 1 கட்டு
இஞ்சி	– ஓர் அங்குலத் துண்டு
பூண்டு	– 10 பல்
மஞ்சள் தூள்	– சிட்டிகை அளவு
சாம்பார் மிளகாய் தூள்	– 1 ஸ்பூன்
கரம் மசாலா தூள்	– ½ ஸ்பூன்
மிளகுத் தூள்	– ¼ ஸ்பூன்
எண்ணெய்	– 100 கிராம்
நெய்	– 1 ஸ்பூன்
கறிவேப்பிலை, கொத்தமல்லித் தழை	– கைப்பிடி அளவு
உப்பு	– தேவையான அளவு

சமைக்கும்விதம்:

❖ கோழிக்கறியை எலும்பில்லாமல் எடுத்து கழுவிச் சுத்தம் செய்துகொள்ளவும்.

❖ வெங்காயம், பச்சை மிளகாய், கருவேப்பிலை, கொத்த மல்லித் தழையை பொடியாக நறுக்கிக்கொள்ளவும். பூண்டை உரித்துக்கொண்டு, இஞ்சியை தோல் சீவி மிகப் பொடியாக நறுக்கி வைக்கவும்.

❖ பின் சுத்தம் செய்து வைத்திருக்கும் கோழிக்கறியுடன் மஞ்சள் தூள், கால் ஸ்பூன் உப்பு சேர்த்து ¼ தம்ளர் தண்ணீர் ஊற்றி வேக வைக்கவும்.

❖ கோழிக்கறி நன்கு வெந்ததும் எடுத்து ஆறவிட்டு நன்கு உதிர்த்துக்கொள்ளவும். பின் அதை எடுத்து மிக்சியில் போட்டு மேலும் ஒரு சுற்று சுற்றி தூளாக அரைத்து எடுக்கவும்.

❖ அடுத்தபடியாக வாணலியில் எண்ணெய் விட்டுக் காய்ந்ததும் கருவேப்பிலை, வெங்காயம், பச்சை மிளகாய், பூண்டு, இஞ்சி, புதினா அனைத்தையும் ஒன்றன் பின் ஒன்றாகப் போட்டு நன்கு வதக்கவும். வதங்கியதும் தூளாக அரைத்து வைத்துள்ள கோழிக்கறியைப் போட்டுப் பிரட்டவும். அதனுடன் மிளகாய் தூள், கரம் மசாலாத் தூள், தேவையான

அளவு உப்பு போட்டு நன்கு பிரட்டி மேலும் வதக்கவும். தீயை சிறியதாக்கி விடவும்.

❖ எல்லாமாகச் சேர்ந்து சில நிமிடங்கள் வதங்கியபின் சுற்றிலும் எண்ணெய், நெய் விட்டுப் புரட்டி, மிளகாய் பொடி, மசாலா பொடி பச்சை வாசனை போனதும் கொத்தமல்லித் தழை தூவி இறக்கவும். காரம் அதிகம் தேவைப்படுபவர்கள் இறக்கு வதற்கு முன்பாக ¼ ஸ்பூன் மிளகுத் தூவி இறக்கவும்.

❖ அவ்வளவுதான் ... சுவையான செட்டிநாட்டு கோழிக்கறிப் பொரியல் தயார். சாம்பார், ரசம் சாதத்துக்கு தொட்டுக்கொள்ள ஜோரான அயிட்டம் இது. வெறுமனேயும் சாப்பிடலாம்.

57. செட்டிநாட்டு பெப்பர் சிக்கன்

தேவையான பொருள்கள்:

சிக்கன்	– ½ கிலோ
தயிர்	– 1 டேபிள் ஸ்பூன்
இஞ்சி பூண்டு விழுது	– 2 ஸ்பூன்
மிளகாய் வற்றல்	– 4
மிளகு	– ½ ஸ்பூன்
பூண்டு	– 10 பல்
கறிவேப்பிலை	– 1 கொத்து
மஞ்சள் தூள்	– ½ ஸ்பூன்
எண்ணெய்	– 150 கிராம்
உப்பு	– தேவையான அளவு

அரைக்கத் தேவையான பொருள்கள்:

காய்ந்த மிளகாய்	– 4
தனியா	– 3 ஸ்பூன்
மிளகு	– 2 ஸ்பூன்
சீரகம்	– 1 ஸ்பூன்

சமைக்கும்விதம்:

❖ கோழிக்கறியை தேவையான அளவுக்கு துண்டுகள் போட்டு கழுவிச் சுத்தம் செய்து கொள்ளவும். பின் அதனுடன் இஞ்சி

❖ பூண்டு விழுது, தயிர், மஞ்சள் தூள் சேர்த்துப் பிரட்டி அரை மணி நேரம் ஊற வைக்கவும்.

❖ அடுத்து வாணலியில் எண்ணெய் விட்டுச் சூடானதும் காய்ந்த மிளகாய், மிளகு, தனியா, சீரகம் போட்டு வறுத்து பொடி பண்ணிக்கொள்ளவும்.

❖ பின் மீண்டும் வாணலியில் எண்ணெய் விட்டுக் காய்ந்ததும், ஊற வைத்துள்ள சிக்கனை போட்டு வதக்கவும். சிக்கனி லேயே இருக்கும் தண்ணீரிலேயே அது வெந்து தண்ணீர் வற்றிய பிறகு, வறுத்துப் பொடித்துள்ள மசாலாவைச் சேர்த்து பிரட்டவும். தீயைச் சிறியதாக வைத்து பத்து நிமிடம் வேக விடவும். தேவையான அளவு உப்பு சேர்க்கவும்.

❖ மீண்டும் வேறொரு வாணலியில் எண்ணெய் விட்டு மிளகு, பூண்டு, காய்ந்த மிளகாய், கறிவேப்பிலை தாளித்து கொதித்து வரும் சிக்கன் மீது கொட்டவும்.

❖ அவ்வளவுதான். செட்டிநாட்டு பெப்பர் சிக்கன் ரெடி.

❖ தக்காளி, வெங்காயம் சேர்க்காமல் செய்த இந்த செட்டிநாட்டு பெப்பர் சிக்கன் பிரியாணி, புலாவிலிருந்து சாம்பார் சாதம், எலுமிச்சை சாதம், தயிர் சாதம் வரை எல்லா வகை சாதத்துக் கும் பொருத்தமான சைட் டிஷ்.

58. செட்டிநாட்டு உப்புத் திரக்கல்

தேவையான பொருள்கள்:

கோழிக்கறி	– ½ கிலோ
சின்ன வெங்காயம்	– 100 கிராம்
இஞ்சி	– 1 அங்குலத் துண்டு
பூண்டு	– 8 பல்
பட்டை	– 2
லவங்கம்	– 1
ஏலக்காய்	– 1
கிராம்பு	– 1
மிளகாய் வற்றல்	– 12
மஞ்சள் தூள்	– ¼ ஸ்பூன்

| எண்ணெய் | – 100 மி.லி |
| உப்பு | – தேவையான அளவு |

சமைக்கும்விதம்:

❖ கோழிக்கறியை சுத்தம் செய்து துண்டுகளாக்கிக்கொள்ளவும்.

❖ வெங்காயத்தை பொடியாக நறுக்கிக்கொள்ளவும். பூண்டை உரித்து வைக்கவும். இஞ்சியை நறுக்கி நசுக்கிக்கொள்ளவும்.

❖ பின் எண்ணெய் ஊற்றிக் காய்ந்ததும் பட்டை, லவங்கம், ஏலக்காய், கிராம்பு மற்றும் மிளகாய் வற்றலை இரண்டாகக் கிள்ளிப் போட்டு தாளிக்கவும். பின் வெங்காயத்தைச் சேர்த்து பொன் நிறத்தில் வதக்கவும். பிறகு இஞ்சி, பூண்டு, மஞ்சள் தூள் சேர்த்து வதக்கி கூடவே கோழிக்கறியைச் சேர்த்துக் கிளறி வதக்கவும்.

❖ அடுத்து வதக்கிய கோழியுடன் கால் தம்ளர் தண்ணீர் சேர்த்துக் கொதிக்கவிடவும். குழம்பு கொதித்து வற்ற வற்ற தீயை சிறிதாக்கி அடிபிடிக்காமல் அவ்வப்போது கிளறி விடவும். கோழிக்கறி நன்கு வெந்து சுண்டி வந்ததும் கொத்தமல்லித் தழை தூவி இறக்கிவிடவும்.

❖ அட்டகாசமான கோழிக்கறி உப்புத் திரக்கல் ரெடி.

59. செட்டிநாட்டு கோழி சாப்ஸ்

தேவையான பொருள்கள்:

கோழிக்கறி (எலும்பில்லாதது)	– ½ கிலோ
முட்டை	– 2
சோள மாவு	– 1 டேபிள் ஸ்பூன்
இஞ்சி	– ஓர் அங்குலத் துண்டு
பூண்டு	– 6 பல்
பட்டை	– 1 துண்டு
சோம்பு	– 1 ஸ்பூன்
மிளகு	– 2 ஸ்பூன்
சீரகம்	– 1 ஸ்பூன்
தேங்காய்	– 1 பத்தை

| எண்ணெய் | – ¼ கிலோ |
| உப்பு | – தேவையான அளவு |

சமைக்கும்விதம்:

❖ கோழிக்கறியை சுத்தம் செய்து துண்டுகளாக்கிக் கொள்ளவும்.

❖ பின் சோள மாவைக் கரைத்துக்கொண்டு அத்துடன் முட்டையை அடித்து ஊற்றிக் கலந்து வைக்கவும்.

❖ அடுத்து பூண்டு, இஞ்சி, பட்டை, சோம்பு, மிளகு, சீரகம், தேங்காய் அனைத்தையும் சேர்த்து ஒன்றாக அரைத்து வைத்துக் கொள்ளவும்.

❖ அரைத்த மசாலாவை கோழிக்கறியுடன் சேர்த்துப் பிசைந்து தேவையான அளவு உப்பு சேர்த்து கால் தம்ளர் தண்ணீர் ஊற்றி வேகவிடவும். கோழிக்கறி நன்கு வெந்ததும் தண்ணீர் இறுத்து ஆறவிடவும்.

❖ பிறகு அடுப்பில் வாணலி வைத்து எண்ணெய் ஊற்றிக் காய்ந்ததும் கோழித் துண்டுகளை முட்டை, சோள மாவுக் கரைசலில் முக்கி எண்ணெயில் போட்டுப் பொரித்தெடுக்கவும்.

❖ காரசாரமான செட்டிநாட்டு கோழி சாப்ஸ் ரெடி.

60. கோழிக் குஞ்சு ரோஸ்ட்

தேவையான பொருள்கள்:

கோழிக் குஞ்சு	– 2
சின்ன வெங்காயம்	– 50 கிராம்
மிளகாய் வற்றல்	– 6
பூண்டு	– 5 பல்
மிளகு	– ½ ஸ்பூன் (அல்லது) 10 மிளகு
சீரகம்	– 1 ஸ்பூன்
பெருஞ்சீரகம்	– 1 ஸ்பூன்
பட்டை	– 1 துண்டு
இஞ்சி	– சிறுதுண்டு
தேங்காய்	– ஒரு மூடி

எலுமிச்சம் பழம்	– ½ மூடி
வெண்ணெய்	– 50 கிராம்
எண்ணெய்	– 50 மி.லி

சமைக்கும்விதம்:

❖ கோழிக்குஞ்சுகள் இரண்டையும் சுத்தம் செய்து வயிற்று பாகத்தை லேசாகக் கீறி தேவையில்லாத பகுதிகளை எடுத்து விட்டு முழுக் கோழியாகவே வைக்கவும்.

❖ வெங்காயத்தை நறுக்கி வைக்கவும். தேங்காயைத் துருவி பால் எடுத்து வைத்துக்கொள்ளவும்.

❖ அடுத்து மிளகாய் வற்றல், மிளகு, சீரகம், பெருஞ் சீரகம், பட்டை, இஞ்சி, பூண்டு, தேங்காய் அனைத்தையும் சேர்த்து விழுதாக அரைத்துக் கொள்ளவும்.

❖ பின் கோழிக்குஞ்சுகளுடன் அரைத்த விழுது, மஞ்சள் தூள், தேவையான அளவு உப்பு இவற்றுடன் எலுமிச்சைச் சாறும் சேர்த்துத் தோய்த்து நன்கு பிரட்டி ஊறவிடவும்.

❖ அடுத்து வாணலியில் எண்ணெய், வெண்ணெய் இரண்டை யும் விட்டுக் காய்ந்ததும் வெங்காயத்தைப் போட்டு பொன் முறுவலாக வதக்கி கூடவே கலவையில் ஊறவைத்துள்ள கோழிக் குஞ்சுகளையும் போட்டு வதக்கவும். கறி வதங்கி யதும் கால் தம்ளர் தண்ணீர் விட்டு வேகவிடவும். மூடி போட்டு மூடவும்.

❖ கறி அரை பதம் வெந்ததும் அதனுடன் தேங்காய் பால் சேர்த்து சிறு தீயில் மேலும் கொதிக்கவிடவும். கோழிக்குஞ்சுகள் நன்கு வெந்து சிவந்ததும் சுருண்டு எண்ணெய் பிரிந்ததும் மல்லித் தழை தூவி இறக்கவும்.

❖ சுவையான கோழிக் குஞ்சு ரோஸ்ட் தயார்.

61. செட்டிநாட்டு முழுக்கோழி ரோஸ்ட்

தேவையான பொருள்கள்:

| முழுக் கோழி | – 1 |
| சின்ன வெங்காயம் | – 15 |

இஞ்சி	– ஓர் அங்குலத் துண்டு
பூண்டு	– 1 முழுப் பூண்டு
மிளகாய் வற்றல்	– 12
பட்டை	– 2
கிராம்பு	– 4
ஏலக்காய்	– 1
நெய்	– 100 கிராம்
மஞ்சள் தூள்	– ¼ ஸ்பூன்
உப்பு	– தேவையான அளவு

சமைக்கும்விதம்:

❖ முழுக் கோழி ஒன்றை இறக்கைகள் பிடுங்கி சுத்தம் செய்து வயிற்றுப் பாகத்தில் கீறி குடல் போன்ற தேவையற்ற பகுதிகளை நீக்கி வைக்கவும். வயிற்றுப் பகுதியை

❖ அடுத்து வெங்காயம், இஞ்சி, பூண்டு, பட்டை, கிராம்பு, ஏலக்காய் அனைத்தையும் ஒன்றாக அரைத்து விழுதாக்கிக் கொள்ளவும். இந்த அரைத்த மசாலாவுடன் மஞ்சள் தூள், தேவையான அளவு உப்பு சேர்த்துக் கலந்து இந்த மசாலாவை கோழியின் வெளிப்பகுதியில் நன்றாக தடவி விடவும்.

❖ பின் மசாலா தடவிய கோழியை இட்லித் தட்டில் வைத்து இட்லிப் பானைக்குள் வைத்து மூடி ஆவியில் வேக வைத்து எடுக்கவும்.

❖ கறி நன்கு வெந்ததும் எடுத்து வாய் அகன்ற ஆழமான வாணலி யில் நெய் ஊற்றிக் காய்ந்ததும் அதில் போட்டு பொரித் தெடுக்கவும்.

❖ சுவையான முழுக்கோழி ரோஸ்ட் ரெடி.

62. செட்டிநாட்டு முட்டைக் குழம்பு

தேவையான பொருள்கள்:

முட்டை	– 5
தக்காளி	– 1
கடுகு	– ½ ஸ்பூன்
மஞ்சள் தூள்	– சிட்டிகை அளவு
உப்பு	– தேவையான அளவு
கொத்தமல்லித் தழை	– கைப்பிடி அளவு

அரைக்க:

சின்ன வெங்காயம்	– 100 கிராம்
தனியா	– 3 டேபிள் ஸ்பூன்
மிளகு	– 1 ஸ்பூன்
சீரகம்	– ஒன்றரை ஸ்பூன்
வெந்தயம்	– ½ ஸ்பூன்
மிளகாய் வற்றல்	– 2
சோம்பு	– ½ ஸ்பூன்
பட்டை	– 2
கிராம்பு	– 2
பூண்டு	– 6 பல்
இஞ்சி	– ஒரு சிறு துண்டு
தேங்காய் விழுது	– 2 டேபிள் ஸ்பூன்
கருவேப்பிலை	– ஒரு கொத்து

சமைக்கும்விதம்:

❖ முட்டையை வேகவைத்து தோலுரித்துக்கொள்ளவும்.

❖ தக்காளியை பொடியாக நறுக்கி வைக்கவும்.

❖ அடுத்து வெங்காயம், இஞ்சி, பூண்டு தவிர அரைக்கக் கொடுத்துள்ள மற்ற பொருள்களை வாணலியில் எண்ணெய்

ஊற்றாமல் தணலில் ஒவ்வொன்றாக தனித் தனியே லேசாக வறுத்துக்கொள்ளவும்.

❖ வெங்காயம், இஞ்சி, பூண்டை வாணலியில் சிறிதளவு எண் ணெய் ஊற்றிக் காய்ந்ததும் அதில் போட்டு வதக்கிக்கொள்ள வும்.

❖ பின் வறுத்து வைத்துள்ள பொருள்கள் அனைத்தையும் வெங் காயம், இஞ்சி, பூண்டுடன் சேர்த்து மைபோல் அரைத்துக் கொள்ளவும்.

❖ கடைசியாக அடுப்பில் வாணலி வைத்து எண்ணெய் ஊற்றிக் காய்ந்ததும் கடுகு, கருவேப்பிலை தாளித்து தக்காளியைப் போட்டு வதக்கவும். தக்காளி கூழாக வதங்கியதும், அரைத்து வைத்துள்ள மசாலாவைப் போட்டுப் பிரட்டி வதக்கவும். ஒரு தம்ளர் தண்ணீர் விட்டுக் கொதிக்கவிடவும்.

❖ குழம்பு கொதி வந்ததும் தேங்காய் விழுது சேர்த்து மேலும் கொதிக்கவிடவும். இரண்டு நிமிடங்கள் கொதித்ததும் வேக வைத்துள்ள முட்டைகளை இரு பக்கமும் லேசாகக் கீறிஉ குழம் பில் போடவும். தீயை சிறிதாக்கி மேலும் ஐந்து நிமிடங்கள் கொதிக்கவிட்டு கொத்தமல்லித் தழை தூவி இறக்கவும்.

❖ கமகம வாசத்துடன் செட்டிநாட்டு முட்டைக் குழம்பு தயார். இது சாதத்தில் ஊற்றிக்கொள்ள மட்டுமல்லாமல் இட்லி, தோசை, சப்பாத்தி போன்ற டிபன் வகைகளுக்கும் தொட்டுக்கொள்ள சுவையாக இருக்கும்.

63. செட்டிநாட்டு முட்டை குருமா

தேவையான பொருள்கள்:

முட்டை	–	4
பெரிய வெங்காயம்	–	1
தக்காளி	–	2
பச்சை மிளகாய்	–	3
இஞ்சி, பூண்டு விழுது	–	1 டேபிள் ஸ்பூன்
புதினா, கொத்தமல்லித் தழை	–	கைப்பிடி அளவு

தேங்காய் துருவல்   – ¼ கப்

முந்திரிபருப்பு   – 5

பட்டை, கிராம்பு, ஏலக்காய் – தலா 1

சோம்பு   – ½ ஸ்பூன்

மஞ்சள் தூள்   – சிட்டிகை அளவு

மிளகாய் தூள்   – 1 ஸ்பூன்

எண்ணெய்   – 100 கிராம்

கருவேப்பிலை   – ஒரு கொத்து

உப்பு   – தேவையான அளவு

சமைக்கும்விதம்:

❖ முட்டையை வேகவைத்து உரித்துக்கொள்ளவும். லேசாக கீறி
வைக்கவும்.

❖ வெங்காயம், தக்காளியை பொடியாக நறுக்கி வைக்கவும்.

❖ தேங்காய் துருவல், பச்சை மிளகாய், பட்டை, கிராம்பு,
ஏலக்காய், முந்திரிப் பருப்பு, புதினா, கொத்தமல்லித் தழை
அனைத்தையும் ஒன்றாக மைபோல் அரைத்துக் கொள்ளவும்.

❖ அடுத்தபடியாக வாணலியில் எண்ணெய் ஊற்றிக் காய்ந்ததும்
கருவேப்பிலை, சோம்பு தாளித்து வெங்காயத்தைப் போட்டு
வதக்கவும். வெங்காயம் நன்கு வதங்கியதும் இஞ்சி, பூண்டு
விழுது சேர்த்து வதக்கவும். பச்சை வாசனை போனதும் தக்
காளியைப் போட்டு வதக்கவும். தக்காளி வதங்கி கூழான
தும் அரைத்து வைத்துள்ள தேங்காய் கலவையை ஊற்றவும்.
மஞ்சள் தூள், மிளகாய் தூள் சேர்த்துக் கொதிக்கவிடவும்.

❖ குழம்பு நன்கு கொதித்ததும் வேக வைத்த முட்டையை
குழம்பில் போடவும். தீயை சிறிதாக்கி மேலும் ஐந்து
நிமிடங்கள் கொதித்ததும் இறக்கவும்.

❖ சுவையான இந்த முட்டை குருமா சாதத்துக்கு மட்டுமல்லா
மல் இட்லி, தோசை, சப்பாத்திக்கும் தொட்டுக்கொள்ள
ஜோராக இருக்கும்.

தேவையான பொருள்கள்:

பச்சை முட்டை	– 1
வேகவைத்த முட்டை	– 3
வெங்காயம்	– ¼கிலோ
தக்காளி	– 2
பச்சை மிளகாய்	– 4
பூண்டு	– 4 பல்
தேங்காய் விழுது	– 3 டேபிள் ஸ்பூன்
புளி	– சின்ன கோலிக்குண்டு அளவு
மஞ்சள் தூள்	– சிறிது
மிளகாய் தூள்	– 2 ஸ்பூன்
வெந்தயம்	– ¼ ஸ்பூன்
கறிவேப்பிலை	– ஒரு கொத்து
கொத்தமல்லித் தழை	– கைப்பிடி அளவு
எண்ணெய்	– 100 மி.லி
உப்பு	– தேவையான அளவு

சமைக்கும்விதம்:

❖ வாணலியில் எண்ணெய் ஊற்றிக் காய்ந்ததும் கருவேப்பிலை வெந்தயம் தாளித்து வெங்காயம், தக்காளி, பூண்டைப் போட்டு வதக்கவும். எல்லாம் வதங்கியதும் புளியைக் கரைத்து ஊற்றவும். மஞ்சள் தூள், மிளகாய் தூள், தேவையான அளவு உப்பு சேர்த்துக் கொதிக்கவிடவும்.

❖ குழம்பு ஒரு கொதி வந்ததும் தேங்காய் விழுதைச் சேர்க்கவும். மேலும் கொதித்ததும் பச்சை முட்டையை உடைத்து ஊற்றவும். மேலும் ஐந்து நிமிடம் மூடி போட்டு கொதிக்கவிடவும்.

❖ குழம்பு நன்கு கொதித்தும் வேகவைத்த முட்டைகளை இரண்டாக வெட்டி குழம்பில் சேர்க்கவும். கொத்தமல்லித் தழை தூவி இறக்கவும். ருசியான முட்டை சால்னா ரெடி.

தேவையான பொருள்கள்:

முட்டை	– 4
பெரிய வெங்காயம்	– 2
சின்ன வெங்காயம்	– 100 கிராம்
தக்காளி	– 2
பூண்டு	– 50 கிராம்
புளி	– எலுமிச்சை அளவு
பச்சை மிளகாய்	– 2
கலந்த மிளகாய் தூள்	– 4 ஸ்பூன்
மஞ்சள் தூள்	– ½ ஸ்பூன்
எண்ணெய்	– 100 மி.லி
உப்பு	– தேவையான அளவு

தாளிக்க:

கடுகு	– ½ ஸ்பூன்
சீரகம்	– 1 ஸ்பூன்
வெந்தயம்	– ½ ஸ்பூன்
கறிவேப்பிலை, கொத்தமல்லித் தழை	– ஒருபிடி

சமைக்கும் விதம்:

❖ முதலில் முட்டையை உடைத்து, அதில் ¼ ஸ்பூன் மஞ்சள் தூள், சிறிதளவு உப்பு சேர்த்து நன்றாக அடித்துக் கலக்கவும். பின் பெரிய வெங்காயத்தை பொடியாக நறுக்கி வதக்கிக் கொண்டு அதையும் அடித்த முட்டையில் போட்டுக் கலக்கவும்.

❖ பின் அந்த முட்டைக் கலவையை பணியாரக் கல்லில் எண்ணெய் ஊற்றி, பணியாரமாக ஊற்றி, வேக வைத்து எடுத்துக் கொள்ளவும்.

❖ அடுத்து சின்ன வெங்காயம், பூண்டு ஆகியவற்றை தோல் உரித்துக் கொள்ளவும். தக்காளியை பொடியாக நறுக்கி வைக்க வும். பச்சை மிளகாயை இரண்டாகக் கீறிக் கொள்ளவும்.

❖ புளியை ஒரு பாத்திரத்தில் தனியே கரைத்து வைத்துக் கொள்ள வும்.

❖ எல்லாம் முடிந்ததும் அடுப்பில் வாணலியை வைத்து எண்ணெய் ஊற்றிக் காய்ந்ததும், கடுகு, சீரகம், வெந்தயம், கருவேப்பிலை போட்டுத் தாளிக்கவும். பின் வெங்காயம், பச்சை மிளகாய், பூண்டு ஆகியவற்றைப் போட்டு வதக்கி கடைசியாக தக்கலியைச் சேர்த்து வதக்கவும். வதங்கியதும் ¼ ஸ்பூன் மஞ்சள் தூள், மிளகாய் தூள், தேவையான அளவு உப்பு போட்டு, புளிக்கரைசலை ஊற்றிக் கொதிக்க விடவும்.

❖ குழம்பு நன்றாகக் கொதித்து கெட்டியானவுடன், சுட்டு வைத்த பணியாரங்களை அதில் போட்டு இறக்கவும். கமகமக்கும் செட்டி நாடு முட்டை பணியாரக் குழம்பு ரெடி.

66. செட்டிநாட்டு முட்டை தொக்கு

தேவையான பொருள்கள்:

முட்டை	– 5
பெரிய வெங்காயம்	– 1
தக்காளி	– 2
சோம்பு	– 1 ஸ்பூன்
மிளகாய்த்தூள்	– 1 டேபிள் ஸ்பூன்
கரம் மசாலா தூள்	– 1 ஸ்பூன்
இஞ்சி பூண்டு விழுது	– 1 டேபிள் ஸ்பூன்
எண்ணெய்	– 100 மி.லி
கருவேப்பிலை	– ஒரு கொத்து
கொத்தமல்லித் தழை	– ஒரு கைப்பிடி
உப்பு	– தேவையான அளவு

சமைக்கும்விதம்:

❖ முதலில் முட்டையை வேக வைத்துக்கொண்டு குறுக்கில் இரண்டாக நறுக்கிக்கொள்ளவும்.

❖ வெங்காயம், தக்காளியை நீளவாக்கில் அரிந்துகொள்ளவும்.

❖ பின் வாணலியில் எண்ணெய் ஊற்றிக் காய்ந்ததும் சோம்பு, கருவேப்பிலை தாளித்து வெங்காயம், இஞ்சி, பூண்டு விழுது போட்டு வதக்கவும். பச்சை வாசனை போனதும் தக்காளியைச் சேர்ந்து கூழாகும்வரை வதக்கவும். பின் கரம் மசாலா தூள், மிளகாய் தூள், தேவையான அளவு உப்பு சேர்த்து ½ தம்ளர் தண்ணீர் ஊற்றிக் கொதிக்கவிடவும்.

❖ தண்ணீர் சுண்டும் நேரத்தில் முட்டையைப் போட்டு மஞ்சள் கரு உடையாமல் கிளறி விடவும். தீயைச் சிறியதாக்கி சுண்ட விடவும். எண்ணெய் பிரிந்து தொக்கு சுருண்டதும் கொத்த மல்லித் தழை தூவி இறக்கவும்.

67. முட்டை பொடிமாஸ்

தேவையான பொருள்கள்:

முட்டை	– 4
சின்ன வெங்காயம்	– 100 கிராம்
பச்சை மிளகாய்	– 2
மஞ்சள் தூள்	– ¼ ஸ்பூன்
மிளகுத் தூள்	– ½ ஸ்பூன்
கருவேப்பிலை	– 12 இலை
எண்ணெய்	– 2 டேபிள் ஸ்பூன்
உப்பு	– தேவையான அளவு

சமைக்கும்விதம்:

❖ ஒரு பாத்திரத்தில் முட்டையை உடைத்து ஊற்றி மஞ்சள் தூள் சேர்த்து நுரை பொங்க அடித்து வைக்கவும்.

❖ வெங்காயம், பச்சை மிளகாய், கருவேப்பிலையை பொடிப் பொடியாக நறுக்கிக்கொள்ளவும்.

❖ அடுத்து வானலியில் எண்ணெய் ஊற்றிக் காய்ந்ததும் கருவேப் பிலை, வெங்காயம், பச்சை மிளகாயை போட்டு நன்கு வதக்கவும். பின் தேவையான அளவு உப்பு, மிளகுத் தூள் சேர்த்துப் பிரட்டவும். கூடவே அடித்து வைத்துள்ள முட்டைக்

கலவையை ஊற்றவும். சிறு தீயில் வேகவிட்டு அவ்வப்போது பொடிப் பொடியாகக் கிளறி விடவும். முட்டை நன்கு வெந்து சிவந்ததும் இறக்கி சூடாகப் பரிமாறவும்.

❖ சாதவகைகளுக்கு தொட்டுக்கொள்ள மட்டுமல்லாமல் மாலை டிபனாகவும் இதை செய்து தரலாம்.

தேவையான பொருள்கள்:

முட்டை	– 4
இறால்	– ¼ கிலோ
பெரிய வெங்காயம்	– 1
தக்காளி	– 1
பச்சை மிளகாய்	– 2
இஞ்சி	– சிறு துண்டு
பூண்டு	– 5 பல்
சோம்பு	– 1 ஸ்பூன்
கடுகு	– ¼ ஸ்பூன்
மிளகாய் தூள்	– 2 டேபிள் ஸ்பூன்
மஞ்சள் தூள்	– சிட்டிகை அளவு
எண்ணெய்	– 00 கிராம்
உப்பு	- தேவையான அளவு
கருவேப்பிலை, கொத்தமல்லி	– கைப்பிடி அளவு

சமைக்கும்விதம்:

❖ முதலில் இறாலை தோலை உரித்துச் சுத்தம் செய்து கழுவிக் கொள்ளவும்.

❖ அடுத்து வெங்காயம், தக்காளியைப் பொடியாக நறுக்கி வைத்துக் கொள்ளவும். இஞ்சி, பூண்டு, சோம்பு, பச்சை மிளகாய் இவற்றை விழுதாக அரைத்துக் கொள்ளவும்.

❖ பின் அடுப்பில் வாணலியை வைத்து எண்ணெய் ஊற்றிக் காய்ந்த பிறகு கடுகு போட்டுப் பொரியவிடவும். கறிவேப்

பிலை தாளிக்கவும். அடுத்து பொடியாக நறுக்கிய வெங் காயம், தக்காளியைப் போட்டு வதக்கவும். கூடவே அரைத்து வைத்திருக்கும் இஞ்சி, பூண்டு, சோம்பு, பச்சை மிளகாய் விழுதைப் போட்டுப் பச்சை வாசனை போகும்வரை நன்றாக வதக்கவும்.

❖ எல்லாம் நன்கு வதங்கியதும் இறாலைச் சேர்த்துப் பிரட்டி ஐந்து நிமிடம் மூடி வேகவிடவும். இறால் வதங்கி வெந்ததும் மஞ்சள் தூள், மிளகாய் தூள் மற்றும் தேவையான அளவு உப்பு சேர்த்து, சிறிதளவு தண்ணீர் தெளித்து மீண்டும் மூடவும்.

❖ ஐந்து நிமிடம் கழித்து மூடியைத் திறந்து, முட்டைகளை உடைத்து ஊற்றவும். மூடி வைக்கவும். சிறிது நேரம் கழித்து வாணலி மூடியைத் திறந்து இறாலை நன்றாகக் கிளறவும். சிறு தீயாக வைத்து, மேலும் 10 நிமிடம் வேக விட்டுக் கிளறி இறக்கவும். கொத்தமல்லி தழையைத் தூவவும். சுவையான முட்டை, இறால் பொரியல் ரெடி.

69. முட்டை மசாலா ஆம்லெட்

தேவையான பொருள்கள்:

முட்டை	– 4
பெரிய வெங்காயம்	– 2
பச்சை மிளகாய்	– 2
இஞ்சி	– சிறு துண்டு
பூண்டு	– 6 பல்
சோம்பு	– 1 ஸ்பூன்
மஞ்சள்தூள்	– சிட்டிகையளவு
கருவேப்பிலை, கொத்தமல்லித் தழை	– கைப்பிடி அளவு
உப்பு	– தேவையான அளவு
எண்ணெய்	– 50 மி.லி

சமைக்கும்விதம்:

❖ முட்டைகள் நான்கையும் உடைத்து ஒரு பாத்திரத்தில் ஊற்றி நன்றாக அடித்துக்கொள்ளவும்.

❖ வெங்காயத்தைப் பொடியாக நறுக்கிக் கொள்ளவும். இஞ்சி, பச்சை மிளகாய், சோம்பு மூன்றையும் சேர்த்து விழுதாக அரைத்து வைக்கவும்.

❖ பின் அடுப்பில் வாணலியை வைத்து எண்ணெய் ஊற்றிக் காய்ந்ததும் கடுகு போட்டுப் பொரியவிட்டு, கருவேப்பிலை தாளித்து வெங்காயத்தைப் போட்டு வதக்கவும். வெங்காயம் சிவந்ததும், இஞ்சி விழுதைச் சேர்த்து வதக்கவும். அத்துடன் சிட்டிகை மஞ்சள்தூள், தேவையான அளவு உப்பு சேர்த்து வதக்கி எடுத்துக் கொள்ளவும்.

❖ வதக்கிய வெங்காயக் கலவையை அடித்து வைத்திருக்கும் முட்டையுடன் சேர்த்து நன்றாகக் கலக்கிவைத்துக்கொள்ளவும்.

❖ பிறகு அடுப்பில் தோசை கல்லை வைத்துச் சிறிதளவு எண் ணெய் ஊற்றி முட்டைக் கலவையை தோசை வார்ப்பது போல ஊற்றவும். ஒருபுறம் சிவந்ததும் மறுபுறம் திருப்பிப் போட்டு எடுத்தால் ருசியான முட்டை மசாலா ஆம்லெட் தயார்.

❖ இதை சாத வகைகளுக்கு மட்டுமில்லாமல் மாலை நேரத்தில் எளிய டிபனாகவும் எடுத்துக் கொள்ளலாம்.

70. முட்டை மசாலா

தேவையான பொருள்கள்:

முட்டை	–	5
பெரிய வெங்காயம்	–	2
தக்காளி	–	3
பச்சை மிளகாய்	–	2
மிளகாய்த் தூள்	–	1 ஸ்பூன்
மஞ்சள் தூள்	–	¼ ஸ்பூன்
இஞ்சி, பூண்டு விழுது	–	1 ஸ்பூன்
பட்டை	–	1
லவங்கம்	–	1
சோம்பு	–	½ ஸ்பூன்
எண்ணெய்	–	100 மி.லி
உப்பு	–	தேவையான அளவு

சமைக்கும்விதம்:

❖ முதலில் முட்டையை வேகவைத்து, தோலுரித்து, கத்தியால் லேசாக கீறி வைத்துக் கொள்ளவும்.

❖ வெங்காயம், தக்காளியை பொடியாக நறுக்கிக்கொள்ளவும். பச்சை மிளகாயை இரண்டாக கீறிக்கொள்ளவும்.

❖ பின் அடுப்பில் வாணலி வைத்து எண்ணெய் ஊற்றிக் காய்ந்தததும் கருவேப்பிலை, சோம்பு, பட்டை, கிராம்பு போட்டுத் தாளித்து வெங்காயம், இஞ்சி, பூண்டு விழுதைச் சேர்த்து வதக்கவும். பச்சை வாசனை போனதும் தக்காளியைப் போட்டு வதக்கவும்.

❖ தக்காளி கூழாக வதங்கியது மஞ்சள் தூள், மிளகாய்த்தூள், தேவையான அளவு உப்பு சேர்த்துக் கிளறி அரை தம்ளர் தண்ணீர் ஊற்றிக் கிளறி கொதிக்கவிடவும். மசாலா கரைந்து கெட்டியாக வந்தவுடன் முட்டையை அதில் போட்டுப் பிரட்டி மேலும் கொதிக்க விடவும். கிரேவியாக சுருண்டு வந்ததும் கொத்தமல்லித் தழை தூவி இறக்கி வைக்கவும்.

❖ ருசியான முட்டை மசாலா தயார்.

71. முட்டை பஜ்ஜி

தேவையான பொருள்கள்:

முட்டை	– 4
கடலை மாவு	– 1 கப்
அரிசி மாவு	– 2 ஸ்பூன்
சோடா மாவு	– 1 சிட்டிகை
மிளகாய் தூள்	– 1 ஸ்பூன்
மஞ்சள் தூள்	– 1 சிட்டிகை
கேசரிப் பவுடர்	– ஒரு சிட்டிகை
எண்ணெய்	– 150 கிராம்
உப்பு	– தேவையான அளவு

சமைக்கும் விதம்:

❖ முதலில் முட்டைகளை வேக வைத்து இரண்டு பாதியாக நீளவாக்கில் வெட்டி வைக்கவும்.

❖ பின் ஒரு பாத்திரத்தில் கடலை மாவு, அரிசி மாவு, கேசரி பவுடர், மிளகாய் தூள், மஞ்சள் தூள், தேவையான அளவு உப்பு சேர்த்து பஜ்ஜி மாவுக்கான திக்கான பதத்தில் தண்ணீர் விட்டுக் கரைத்துக் கொள்ளவும்.

❖ அடுத்து வாணலியில் எண்ணெய் ஊற்றிக் காய்ந்ததும் முட்டைத் துண்டுகளை பஜ்ஜி மாவில் முக்கிப் போட்டு பொன்னிறத்தில் பொரித்தெடுக்கவும்.

❖ ருசியான முட்டை பஜ்ஜி தயார்.

72. முட்டை மிளகு மசாலா

தேவையான பொருள்கள்:

முட்டை	– 4
சின்ன வெங்காயம்	– 100 கிராம்
பச்சைமிளகாய்	– 4
மிளகுத்தூள்	– 2 டீஸ்பூன்
தனியாத்தூள்	– 1 டீஸ்பூன்
மிளகாய்த்தூள்	– ½ டீஸ்பூன்
எண்ணை	– 100 கிராம்
கறிவேப்பிலை	– சிறிதளவு
உப்பு	– தேவையான அளவு

சமைக்கும் விதம்:

❖ முட்டையை வேகவைத்து உரித்து எடுத்துக்கொள்ளவும். நாலாபுறமும் லேசாக கீறிவிடவும்.

❖ வெங்காயத்தை நீளவாக்கில் நறுக்கிக் கொள்ளவும். பச்சை மிளகாயைக் கீறிக் கொள்ளவும்.

❖ வாணலியை அடுப்பில் வைத்து எண்ணை ஊற்றிக் காய்ந்ததும் கறிவேப்பிலை போட்டுத் தாளித்து வெங்காயம், பச்சை மிளகாய் சேர்த்து வதக்கவும். நன்கு வதங்கியதும் அதனுடன் மிளகுத்தூள், தனியாத்தூள், மிளகாய்த்தூள், தேவையான அளவு உப்பு சேர்த்துக் கிளறவும். பின் முட்டையையும் போட்டு பிரட்டவும். கால் தம்ளர் தண்ணீர் விட்டு சூண்ட வைக்கவும்.

❖ தண்ணீர் சுண்டி முட்டை மசாலாவுடன் சேர்ந்து தொக்
கானதும் இறக்கி பரிமாறவும்.

❖ காரசாரமான இந்த முட்டை மிளகு மசாலா சாம்பார் , ரசம்
சாதத்துக்கு தொட்டுக்கொள்ள கச்சிதமானது.

73. முட்டை, கத்திரிக்காய் தொக்கு

தேவையான பொருள்கள்:

முட்டை	– 5
கத்திரிக்காய்	– 5
வெங்காயம்	– 1
தக்காளி	– 3
பச்சை மிளகாய்	– 2
பூண்டு	– 5 பல்
வெந்தயம்	– ¼ ஸ்பூன்
மிளகு	– 10
கடுகு	– ½ ஸ்பூன்
மிளகாய் தூள்	– 2 ஸ்பூன்
மஞ்சள் தூள்	– சிட்டிகை அளவு
கருவேப்பிலை, கொத்துமல்லித்தழை	– ஒரு கைப்பிடி
எண்ணெய்	– 100 மி.லி
உப்பு	– தேவையான அளவு

சமைக்கும் விதம்:

❖ முட்டையை வேகவைத்துக்கொண்டு அதை நாலாபுறமும்
கத்தியால் லேசாக கீறிக்கொள்ளவும். அதேபோல் கத்திரிக்
காயையும் கழுவிக்கொண்டு அதையும் நான்காக கீறி வைக்க
வும்.

❖ தக்காளியைக் கழுவி கூழாக அரைத்து தனியே வைக்கவும்.

❖ பின் வாணலியில் எண்ணெய் ஊற்றிக் காய்ந்ததும் கடுகைப்
போட்டு பொரியவிட்டு, கருவேப்பிலை, வெந்தயம், மிளகு
தாளித்து வெங்காயம், பூண்டு, பச்சை மிளகாயைப் போட்டு

வதக்கவும். பின் கீறி வைத்துள்ள கத்திரிக்காயைப் போட்டு வதக்கவும்.

❖ அனைத்தும் வதங்கியதும் அரைத்து வைத்துள்ள தக்காளி விழுதைச் சேர்த்து கூடவே மஞ்சள் தூள், மிளகாய் தூள் தேவையான அளவு உப்பு சேர்த்து ஒரு கப் தண்ணீர் சேர்த்து மூடி போட்டு கொதிக்கவிடவும்.

❖ கத்திரிக்காய் நன்கு வெந்ததும் வேகவைத்த முட்டையையும் அதனுடன் போட்டு மேலும் ஐந்து நிமிடம் கொதிக்கவிட்டு கொத்தமல்லித் தழை தூவி இறக்ககவும்.

❖ சாதம், பிரியாணி வகைகளுக்கு தொட்டுக்கொள்ள அருமை யான சைட் டிஷ் தயார்.

செட்டிநாட்டு மீன் சமையல்

74. சீலா மீன் குழம்பு

தேவையான பொருள்கள்:

சீலா மீன் துண்டுகள்	– 10
சின்ன வெங்காயம்	– 100 கிராம்
தக்காளி	– 2
தேங்காய் துருவல்	– 3 டேபிள் ஸ்பூன்
புளி	– சிறிய கோலிக்குண்டு அளவு
மிளகாய் தூள்	– 1 டேபிள் ஸ்பூன்
மீன் மசாலாத் தூள்	– ½ ஸ்பூன்
இஞ்சி	– சிறிய துண்டு
பூண்டு	– 6 பல்
சோம்பு	– 1 ஸ்பூன்
கடுகு	– ½ ஸ்பூன்
வெந்தயம்	– ¼ ஸ்பூன்
சீரகம்	– ½ ஸ்பூன்

மிளகாய் வற்றல்   – 2

கறிவேப்பிலை   – ஒரு கொத்து

எண்ணெய்   – 100 மி.லி

உப்பு   – தேவையான அளவு

சமைக்கும் விதம்:

❖ முதலில் சீலா மீனைக் கழுவி நன்கு சுத்தம் செய்து துண்டு களாக்கி வைக்கவும்.

❖ பின் வெங்காயம், பூண்டு இவைகளை தோல் உரித்து வைத்துக் கொள்ளவும். தக்காளியை பொடியாக நறுக்கி வைக்கவும்.

❖ அடுத்தபடியாக வெங்காயத்தில் பாதியை எடுத்துக்கொண்டு அத்துடன் சோம்பு, இஞ்சி, பூண்டு சேர்த்து விழுதாக அரைத்துக்கொள்ளவும்.

❖ பின் தக்காளியில் பாதியை எடுத்துக்கொண்டு அதனுடன் தேங்காய் துருவல், புளி, மிளகாய் தூள், மசாலா தூள் எல்லா வற்றையும் சேர்த்து லேசாக தண்ணீர் தெளித்து அரைத்து வைக்கவும்.

❖ பிறகு அடுப்பில் வாணலியை வைத்து எண்ணெய் ஊற்றிடு காய்ந்ததும் கருவேப்பிலை, கடுகு தாளித்து சீரகம், வெந்தயம், மிளகாய் வற்றல் போட்டு தாளித்து வெங்காயம், தக்காளியைச் சேர்த்து வதக்கவும்.

❖ வெங்காயம் வதங்கியதும் அரைத்து வைத்திருக்கும் சோம்பு, இஞ்சி மசாலைச் சேர்த்து வதக்கவும். கூடவே மீன் துண்டு களைப் போட்டு தேவையான அளவு உப்பு சேர்த்து பிரட்டி விடவும்.

❖ பின் அரைத்து வைத்த தக்காளி, தேங்காய், புளி விழுதைச் சேர்த்து வதக்கி தேவையான அளவு தண்ணீர் சேர்த்து கொதிக்க விடவும்.

❖ குழம்பு நன்கு கொதித்து புளி, மிளகாய் தூள் வாசனை போய் சுண்டி மீன் குழம்பு, மசாலா வாசனை கமகமத்ததும் கொத்த மல்லித் தழை தூவி இறக்கவும்.

தேவையான பொருள்கள்:

பச்சை நெத்திலி மீன்	– ½ கிலோ
வெங்காயம்	– 3
தக்காளி	– 3
பச்சை மிளகாய்	– 5
இஞ்சி	– சிறு துண்டு
பூண்டு	– 10 பல்
புளி	– எலுமிச்சை அளவு
கடுகு	– ¼ ஸ்பூன்
வெந்தயம்	– ¼ ஸ்பூன்
மஞ்சள் தூள்	– ¼ ஸ்பூன்
சாம்பார் மிளகாய் தூள்	– 4 ஸ்பூன்
கொத்துமல்லி	– கைப்பிடி அளவு
கறிவேப்பிலை	– ஒரு கொத்து
உப்பு	– தேவையான அளவு

சமைக்கும் விதம்:

❖ மீனை நன்கு சுத்தம் செய்து கழுவிக்கொள்ளவும்.

❖ புளியைக் கரைத்து நீரை வடிகட்டி புளிக்கரைசல் எடுத்துக் கொள்ளவும். ஒரேயொரு வெங்காயம், இஞ்சி, பூண்டு மூன்றையும் சேர்த்து விழுதாக அரைத்து வைக்கவும்.

❖ வாணலியில், எண்ணெய் விட்டு, அது காய்ந்ததும் கடுகு, வெந்தயம், வெங்காயம், இஞ்சி, பூண்டு, வெங்காய விழுது ஆகியவற்றைச் சேர்த்து வதக்க வேண்டும். பின் தக்காளியைப் போட்டு வதக்கி கூடவே மஞ்சள் தூள், மிளகாய் தூள் சேர்த்துப் பிரட்டி புளிக்கரைசலை ஊற்றி கொதிக்கவிடவும்.

❖ குழம்பு நன்கு கொதித்து சுண்டியதும் அடுப்பிலிருந்து இறக்குவதற்கு ஐந்து நிமிடங்கள் முன்பாக நெத்திலி மீனை குழம்பில் போட்டு தீயை சிறியதாக்கிக் கொதிக்கவிடவும்.

❖ ஐந்து நிமிடத்துக்குப் பிறகு குழம்பை இறக்கி கொத்தமல்லித் தழை தூவி பரிமாறவும்.

❖ அவ்வளவுதான் சுவையான மணமான நெத்திலி மீன் குழம்பு தயார்.

76. நண்டு, கத்திரிக்காய் குருமா

தேவையான பொருள்கள்:

நண்டு	– 1 கிலோ
பெரிய வெங்காயம்	– 2 பெரியது
பெரிய தக்காளி	– 1
கத்திரிக்காய்	– 4
சோம்பு	– ½ ஸ்பூன்
இஞ்சி பூண்டு விழுது	– 1 டேபிள் ஸ்பூன்
மஞ்சள் தூள்	– ¼ ஸ்பூன்
சாம்பார் மிளகாய் தூள்	– 2 டேபிள் ஸ்பூன்
தேங்காய்	– ½ மூடி
கருவேப்பிலை	– ஒரு கொத்து
எண்ணெய்	– 100 மி.லி
உப்பு	– தேவையான அளவு

சமைக்கும் விதம்:

❖ முதலில் நண்டை நன்கு கழுவிச் சுத்தம் செய்து வைத்துக் கொள்ளவும்.

❖ அடுத்து கத்திரிக்காய், வெங்காயம், தக்காளியை நீளவாக்கில் வெட்டி வைக்கவும். தேங்காயைத் துருவி பால் எடுத்து தனியே வைத்துக்கொள்ளவும்.

❖ பின் வாணலியில் எண்ணெய் ஊற்றிக் காய்ந்ததும் சோம்பு தாளித்து வெங்காயம், கத்தரிக்காய் போட்டு வதக்கவும். கூடவே இஞ்சி, பூண்டு விழுது சேர்த்து வதக்கி பச்சை வாசனை போனதும் தக்காளியைச் சேர்த்து கூழாகும்வரை வதக்கவும்.

❖ எல்லாம் வதங்கியதும் மஞ்சள் தூள், மிளகாய் தூள், தேவை யான அளவு உப்பு சேர்த்துப் பிரட்டி வதக்கி பின் தேங்காய் பாலை ஊற்றவும். கூடவே தேவையான அளவு தண்ணீர் ஊற்றிக் கொதிக்க விடவும். ஒரு கொதி வந்ததும் சுத்தம் செய்த நண்டைப் போடவும். மேலும் கொதிக்கவிடவும்.

❖ மிளகாய் தூள் நெடி போய் குழம்பு நன்கு கொதித்து வந்ததும் கருவேப்பிலை, கொத்தமல்லித் தழை தூவி இறக்கவும். சுடச் சுட பரிமாறவும்.

77. சுறா மீன் மிளகுக்குழம்பு

தேவையான பொருள்கள்:

சுறாமீன்	– ½ கிலோ
புளி	– எலுமிச்சை பழம் அளவு
முழுபூண்டு	– 2
மிளகு	– 2 ஸ்பூன்
சீரகம்	– 1 ஸ்பூன்
மிளகாய்த்தூள்	– 1 டேபிள் ஸ்பூன்
கறிவேப்பிலை	– ஒரு கொத்து
கொத்தமல்லித் தழை	– கைப்பிடி
வடகம்	– 1 டேபிள் ஸ்பூன்
எண்ணெய்	– 100 மி.லி
உப்பு	– தேவையான அளவு

சமைக்கும் விதம்:

❖ சுறாவை நன்கு கழுவி சுத்தம் செய்து துண்டுகள் போட்டு வைக்கவும்.

❖ பின் புளியயைக் கரைத்து புளிக்கரைசலில் மஞ்சள் தூள், மிளகாய் தூள் போட்டுக் கலந்து வைத்துக் கொள்ளவும். பூண்டை தோலுரித்து நசுக்கி வைக்கவும்.

❖ அடுப்பில் வாணலிவைத்து எண்ணெய் விடாமல் மிளகு, சீரகத்தை வறுத்துப் பொடித்து வைக்கவும்.

❖ பின் மீண்டும் வாணலியில் எண்ணெய் ஊற்றிக் காய்ந்ததும் வடகத்தைப் போட்டுத் தாளித்து புளிக்கரைசலை ஊற்றவும். குழம்பு கொதித்து மிளகாய் பொடி வாசனை போனதும் சுத்தம் செய்து வைத்த சுரா மீன், மிளகு சீரகப் பொடி சேர்த்து மேலும் கொதிக்கவிடவும். குழம்பு நன்கு கொதித்து மணம் வந்ததும் கருவேப்பிலை, கொத்தமல்லித் தூவி இறக்கவும்.

❖ காரசாரமான சுரா மீன் குழம்பு தயார்.

78. இறால் உருளைக்கிழங்கு குருமா

தேவையான பொருள்கள்:

இறால்	– ½ கிலோ
உருளைக்கிழங்கு	– 200 கிராம்
பெரிய வெங்காயம்	– 1
சின்ன வெங்காயம்	– 50 கிராம்
தக்காளி	– 2
பச்சை மிளகாய்	– 3
இஞ்சி, பூண்டு விழுது	– 1 டேபிள் ஸ்பூன்
மஞ்சள் தூள்	– ¼ ஸ்பூன்
மிளகாய் தூள்	– 1 டேபிள் ஸ்பூன்
தேங்காய்	– ½ மூடி
சோம்பு	– ¼ ஸ்பூன்
கசகசா	– ½ ஸ்பூன்
பட்டை	– 1
கிராம்பு	– 2
ஏலக்காய்	– 2
பிரியாணி இலை	– 1

சமைக்கும் விதம்:

❖ இறாலை தோல் உரித்து சுத்தம் செய்து வைத்துக்கொள்ளவும்.

❖ சின்ன வெங்காயம், தக்காளியைப் பொடியாக நறுக்கி வைக்கவும்.

❖ உருளைக்கிழங்கை வேகவைத்து தோல் உரித்துக்கொண்டு இரண்டிரண்டாக வெட்டி வைக்கவும்.

❖ பெரிய வெங்காயம், கசகசா, பச்சை மிளகாய் மூன்றையும் சேர்த்து விழுதாக அரைத்துக்கொள்ளவும்.

❖ அடுத்து வாணலியில் எண்ணெய் ஊற்றிக் காய்ந்ததும் பட்டை, கிராம்பு, ஏலக்காய், பிரியாணி இலை போட்டு தாளித்து நறுக்கி வைத்திருக்கும் வெங்காயத்தைப் போட்டு வதக்கவும். அடுத்து இஞ்சி, பூண்டு விழுது சேர்த்து பச்சை வாசனை போகும்வரை வதக்கி பின் தக்காளியைச் சேர்த்து வதக்கவும். கூடவே வேக வைத்த உருளைக்கிழங்கையும் சேர்த்துப் பிரட்டவும்

❖ பிறகு மஞ்சள் தூள், மிளகாய் தூள், தேவையான அளவு உப்பு போட்டு இரண்டு தம்ளர் தண்ணீர் ஊற்றிக் கொதிக்கவிடவும். குழம்பு நன்கு கொதித்ததும் அரைத்து வைத்துள்ள தேங்காய் கலவையை குழம்பில் சேர்க்கவும். கூடவே சுத்தம் செய்து வைத்துள்ள இறாலையும் சேர்த்து மேலும் ஐந்து நிமிடம் கொதிக்கவிட்டு இறக்கவும்.

❖ கருவேப்பிலை, கொத்தமல்லித் தழை தூவி பரிமாறவும்.

❖ சாதத்துக்கு மட்டுமில்லாமல் இட்லி, தோசை, ஆப்பம் போன்ற டிபன் வகைகளுக்கும் இந்தக் குருமா தொட்டுக் கொள்ள ஜோராக இருக்கும்.

79. காரைக்குடி மீன் குழம்பு

தேவையான பொருள்கள்:

மீன் (எதுவாக இருந்தாலும்)	– ½ கிலோ
சின்ன வெங்காயம்	– 10
தக்காளி	– 1
புளி	– எலுமிச்சை அளவு
பூண்டு	– 10 பல்
மஞ்சள்தூள்	– ½ ஸ்பூன்

| கலந்த மிளகாய்த்தூள் | – 3 டேபிள் ஸ்பூன் |
| உப்பு | – தேவையான அளவு |

அரைக்க:

தேங்காய்	– 2 பத்தை
மிளகு	– 1 ஸ்பூன்
சீரகம்	– 2 ஸ்பூன்
கருவேப்பிலை	– ஒரு கொத்து

தாளிக்க:

சீரகம்	– ½ ஸ்பூன்
மிளகு	– ½ ஸ்பூன்
வெந்தயம்	– ¼ ஸ்பூன்
கருவேப்பிலை	– ஒரு கொத்து
நல்லெண்ணெய்	– 50 மி.லி

சமைக்கும் விதம்:

❖ மீனை நன்றாகக் கழுவிச் சுத்தம் செய்து துண்டுகளாக்கிக் கொள்ளவும்.

❖ வெங்காயம், தக்காளி, பூண்டை நீளவாக்கில் நறுக்கி வைக்க வும்.

❖ புளியைக் கரைத்து வடிகட்டி ¼ கப் புளிக்கரைசல் எடுத்துக் கொள்ளவும்.

❖ அடுத்து தேங்காய், மிளகு, சீரகத்துடன் கருவேப்பிலையையும் சேர்த்து லேசாக தண்ணீர் தெளித்து அரைத்துக்கொள்ளவும்.

❖ பின் வாணலியில் எண்ணெய் ஊற்றிக் காய்ந்ததும் வெந்தயம், மிளகு, சீரகம், கருவேப்பிலை தாளித்து வெங்காயம், பூண்டைப் போட்டு வதக்கவும். கடைசியாக தக்காளியைப் போட்டு கூழாக வதக்கவும்.

❖ எல்லாம் வதங்கியதும் புளித்தண்ணீர் ஊற்றி அத்துடன் மஞ்சள் தூள், மிளகாய் தூள், தேவையான அளவு உப்பு சேர்த்துக் கொதிக்கவிடவும்.

❖ குழம்பு நன்கு கொதித்ததும் அரைத்து வைத்துள்ள மசாலா வையும் சேர்த்து மேலும் கொதிக்கவிடவும். குழம்பு கெட்டி யாக வந்ததும் மீன் துண்டுகளைப் போட்டு மேலும் ஐந்து நிமிடங்கள் கொதிக்கவிட்டு இறக்கவும். கொத்தமல்லித் தழை தூவி பரிமாறவும்.

80. காரைக்குடி மீன் குருமா

தேவையான பொருள்கள்:

வஞ்சிரம் மீன்	–	½ கிலோ
வெங்காயம்	–	3
தக்காளி	–	2
பச்சை மிளகாய்	–	4
இஞ்சி, பூண்டு விழுது	–	1 டேபிள் ஸ்பூன்
புளி	–	கோலி குண்டு அளவு
தேங்காய்	–	½ மூடி
சோம்பு	–	1 ஸ்பூன்
கசகசா	–	½ ஸ்பூன்
மஞ்சள் தூள்	–	¼ ஸ்பூன்
கலந்த மிளகாய் தூள்	–	3 டேபிள் ஸ்பூன்
மிளகு	–	2 ஸ்பூன்
பட்டை	–	1
கிராம்பு	–	2
பிரியாணி இலை	–	2
கருவேப்பிலை	–	ஒரு கொத்து
எண்ணெய்	–	100 மி.லி
உப்பு	–	தேவையான அளவு

சமைக்கும் விதம்:

❖ மீனை துண்டுகள் போட்டு நன்றாகக் கழுவிச் சுத்தம் செய்து கொள்ளவும்.

❖ வெங்காயம், தக்காளியை பொடியாக நறுக்கி வைக்கவும்.

❖ தேங்காய், பச்சை மிளகாய், கசகசா, மிளகு சேர்த்து விழுதாக அரைத்துக் கொள்ளவும். புளியைக் கரைத்து வைக்கவும்.

❖ அடுத்து வாணலியில் எண்ணெய் ஊற்றிக் காய்ந்ததும் சோம்பு, பட்டை, கிராம்பு, பிரியாணி இலை போட்டுத் தாளித்து வெங் காயத்தைப் போட்டு வதக்கவும். இஞ்சி, பூண்டு விழுது சேர்த்து பச்சை வாசனை போகும்வரை வதக்கி பின் தக்காளி யைப் போட்டு கூழாகும்வரை வதக்கவும்.

❖ வதங்கியதும் மஞ்சள் தூள், மிளகாய் தூள் சேர்த்துப் பிரட்டி அரைத்து வைத்துள்ள தேங்காய் விழுதைச் சேர்த்துக் கலக்க வும். இரண்டு தம்ளர் தண்ணீர் விட்டுக் கொதிக்கவிடவும்.

❖ குருமா நன்கு கொதித்து வந்ததும் சுத்தம் செய்து வைத்துள்ள மீன் துண்டுகளைப் போட்டு தீயைக் குறைத்து மேலும் கொதிக்கவிடவும். மீன் வெந்ததும் குருமாவுடன் புளிக்கரை சலை ஊற்றி மேலும் ஐந்து நிமிடங்கள் கொதிக்கவிட்டு கொத்தமல்லித் தழை தூவி இறக்கவும்.

❖ சுவையான இந்த காரைக்குடி மீன் குருமா சாதத்துக்கு மட்டு மில்லாமல் டிபன் வகைகளுக்கும் ஏற்றது.

81. பிரசவமான பெண்களுக்கான கருவாட்டுக்குழம்பு

தேவையான பொருள்கள்:

சீலாக் கருவாடு	–	1 துண்டு
பூண்டு	–	100 கிராம்
கடுகு	–	2 டீஸ்பூன்
மிளகு	–	½ ஸ்பூன்
சீரகம்	–	1 டீஸ்பூன்
புளி	–	½ கோலியளவு
நல்லெண்ணைய்	–	4 கரண்டி
மிளகாய் வத்தல்	–	
மஞ்சள் தூள்	–	2 சிட்டிகை 1
உப்பு	–	தேவையான அளவு
கொத்தமல்லித் தழை	–	கைப்பிடி அளவு

சமைக்கும் விதம்:

❖ கருவாடை அலசி கழுவி துண்டுகள் போட்டுக்கொள்ளவும்.

❖ அடுத்து புளியை கொஞ்சமாகத் தண்ணீர் விட்டு கெட்டியாகக் கரைத்துக் கொள்ளவும்.

❖ அடுத்து கடுகு, சீரகம், மிளகாய் வற்றல், மிளகு நான்கையும் விழுதாக அரைத்துக்கொள்ளவும்.

❖ அரைத்துக் கொண்டதை புளிக் கரைசலில் போட்டுக் கரைத்து வைக்கவும்.

❖ அடுத்து பூண்டை உரித்துக்கொண்டு வாணலியில் எண்ணெய் ஊற்றி நன்கு வதக்கவும். பின் பூண்டுடன் கரைத்து வைத்துள்ள புளிக்கரைசலை ஊற்றி மேலும் ½ தம்ளர் தண்ணீர் சேர்த்து மஞ்சள் தூள், உப்பு (கருவாட்டிலேயே உப்பு ஊறி இருப்ப தால் உப்பை சற்று குறைவாகவே போடலாம்) போட்டு குழம்பைக் கொதிக்கவிடவும்.

❖ குழம்பு நன்கு கொதித்து பூண்டு வெந்ததும் கருவாட்டைச் சேர்க்கவும். மேலும் ஐந்து நிமிடங்கள் குழம்பு கொதித்ததும் கொத்தமல்லித் தழை தூவி இறக்கிவிடவும்.

❖ அதிக பூண்டு சேர்த்துச் செய்வதால் தாய்மார்களுக்கு பால் அதிகம் சுரப்பு இருக்கவும், கர்ப்பப்பை புண் ஆற்றவும் இந்த கருவாட்டுக் குழம்பு உதவும்.

82. கருவாடு கத்திரிக்காய் மொச்சைக்கொட்டை குழம்பு

தேவையான பொருள்கள்:

கருவாடு (வஞ்சிரம்,
நெத்திலி, எந்தக் கருவாடு
ஆனாலும்)   – 100 கிராம்

மொச்சைக் கொட்டை   – 100 கிராம்

பெரிய வெங்காயம்   – 1

தக்காளி   – 1

பச்சை மிளகாய்   – 2

புளி   – எலுமிச்சை அளவு

கலந்த மிளகாய்த் தூள்	– 3 டேபிள் ஸ்பூன்
மஞ்சள் தூள்	– ½ ஸ்பூன்
கறிவேப்பிலை	– ஒரு இனுக்கு
சோம்பு	– ½ ஸ்பூன்
வெந்தயம்	– ¼ ஸ்பூன்
பூண்டு	– 6 பல்
எண்ணெய்	– 50 மி.லி
உப்பு	– தேவையான அளவு

சமைக்கும் விதம்:

❖ இந்தக் குழம்புக்கு மொச்சைக் கொட்டையை வெறும் வாணலி யில் வறுத்து, முதல் நாள் இரவே ஊறவைக்கவும்.

❖ மறுநாள் சமைக்கும்போது முதலில் கருவாடை நன்கு கழுவிச் சுத்தம் செய்துகொள்ளவும்.

❖ வெங்காயம். தக்காளியை பொடியாக நறுக்கிக்கொள்ளவும். கத்திரிக்காயை நான்கு துண்டாக வெட்டிக்கொள்ளவும். பச்சை மிளகாயை கீறி வைக்கவும்.

❖ புளியைக் கெட்டியாகக் கரைத்து வைக்கவும்.

❖ பின் வாணலியில் எண்ணெய் விட்டுக் காய்ந்ததும் கருவேப் பிலை, சோம்பு, வெந்தயம் தாளித்து வெங்காயம், பூண்டு, பச்சை மிளகாய், கத்திரிக்காய், தக்காளியை ஒன்றன் பின் ஒன்றாகப் போட்டு வதக்கவும். ஊற வைத்துள்ள மொச்சைக் கொட்டையையும் போட்டு பின் அதனுடன் மஞ்சள் தூள், மிளகாய் தூள் சேர்த்துப் பிரட்டி புளிக் கரைசலை ஊற்றவும். கூடவே இரண்டு தம்ளர் தண்ணீர் சேர்த்து தேவையான அளவு உப்பு போட்டுக் கொதிக்கவிடவும்.

❖ குழம்பு நன்கு கொதித்ததும் கருவாட்டுத் துண்டுகளைச் சேர்க்கவும். மேலும் சில நிமிடங்கள் கொதிக்கவிட்டு கரு வேப்பிலை, கொத்தமல்லித் தழை தூவி இறக்கவும்.

❖ கமகமக்கும் வாசனையுடன் ருசியான கருவாடு கத்திரிக்காய், மொச்சைக் கொட்டை குழம்பு தயார்.

தேவையான பொருள்கள்:

நண்டு	– ½ கிலோ
சின்ன வெங்காயம்	– 100 கிராம்
தக்காளி	– 1
பூண்டு	– 10 பல்
புளி	– பெரிய நெல்லிக்காய் அளவு
காய்ந்த மிளகாய்	– 8
மிளகு	– 1 ஸ்பூன்
தேங்காய்	– ½ மூடி
மஞ்சள் தூள்	– ¼ ஸ்பூன்
கசகசா	– ½ ஸ்பூன்
வெந்தயம்	– ½ ஸ்பூன்
சோம்பு	– ½ + ½ ஸ்பூன்
சீரகம்	– ½ ஸ்பூன்
எண்ணெய்	– 100 மி.லி.
உப்பு	– தேவையான அளவு
கறிவேப்பிலை	– 1 கொத்து
கொத்தமல்லித் தழை	– கைப்பிடி அளவு

சமைக்கும் விதம்:

❖ நண்டை உடைத்துக் கழுவிச் சுத்தம் செய்து வைத்துக் கொள்ளவும்.

❖ வெங்காயம், தக்காளி, பூண்டை பொடியாக நறுக்கிக் கொள்ளவும்.

❖ அடுத்து மிளகாய் வற்றல், மிளகு, சோம்பு, கசகசா, தேங்காய் இவற்றுடன் புளியையும் சேர்த்து விழுதாக அரைத்துக் கொள்ளவும்.

❖ அடுப்பில் வாணலியை வைத்து எண்ணெய் ஊற்றிக் காய்ந்ததும், கருவேப்பிலை, வெந்தயம், சோம்பு, சீரகம் போட்டுத் தாளித்து வெங்காயம், தக்காளி, பூண்டு போட்டு வதக்கவும்.

❖ எல்லாம் நன்கு வதங்கியதும் நண்டைப் போட்டுப் பிரட்ட
வும். கூடவே அரைத்து வைத்துள்ள மசாலாவைப் போட்டு
வதக்கிவிட்டு, நண்டு மூழ்கும்வரை தண்ணீர் விட்டு மூடி
போட்டு மூடி கொதிக்கவிடவும்.

❖ குழம்பு தளதளத்து கெட்டியானதும் கொத்தமல்லித் தழை
தூவி இறக்கவும்.

❖ ருசியான நண்டுக்குழம்பு தயார்.

84. சுறா பூண்டுக் குழம்பு

தேவையான பொருள்கள்:

சுறா மீன்	–	½
பெரிய வெங்காயம்	–	3
தக்காளி	–	2
பச்சை மிளகாய்	–	3
புளி	–	எலுமிச்சை அளவு
பூண்டு	–	10 பல்
மிளகுத் தூள்	–	3 ஸ்பூன்
சீரகத் தூள்	–	1 ஸ்பூன்
மஞ்சள் தூள்	–	½ ஸ்பூன்
கலந்த மிளகாய் தூள்	–	3 ஸ்பூன்
கடுகு	–	½ ஸ்பூன்
வெந்தயம்	–	¼ ஸ்பூன்
எண்ணெய்	–	100 மி.லி
உப்பு	–	தேவையான அளவு
கறிவேப்பிலை	–	1 கொத்து
கொத்தமல்லி	–	கைப்பிடி அளவு

சமைக்கும் விதம்:

❖ சுறாவைக் கழுவி சுத்தம் செய்து துண்டுகளாக்கிக் கொள்ள
வும்.

❖ வெங்காயம், தக்காளியைப் பொடியாக நறுக்கிக்கொள்ளவும்.

❖ புளியைக் கெட்டியாகக் கரைத்து வைக்கவும்.

❖ மிளகு, சீரகம், பூண்டு மூன்றையும் விழுதாக அரைத்து வைக்கவும்.

❖ பின் வாணலியை அடுப்பில் வைத்து எண்ணெய் ஊற்றிக் காய்ந்ததும் கடுகுப் பொரியவிட்டு, கருவேப்பிலை, வெந்தயம் தாளிக்கவும். வெங்காயம், பூண்டைப் போட்டு வதக்கவும். பின் தக்காளியைப்போட்டு வதக்கி மஞ்சள் தூள், மிளகாய் தூள் சேர்த்துப் பிரட்டவும். கூடவே புளிக் கரைசலை ஊற்றி இரண்டு தம்ளர் தண்ணீரையும் சேர்த்துக் கொதிக்க விடவும். தேவையான அளவு உப்பு சேர்க்கவும்.

❖ குழம்பு நன்கு கொதித்ததும் அரைத்து வைத்திருக்கும் மிளகு, சீரக, பூண்டு விழுதைச் சேர்த்து மேலும் கொதிக்கவிட்டு சுரா மீன் துண்டுகளைப் போடவும். குழம்பு நன்றாக சுண்டி மணம் வந்ததும் கொத்தமல்லித் தழை தூவி இறக்கி சூடாகப் பரிமாறவும்.

85. இறால் மசால்வடைக் குழம்பு

தேவையான பொருள்கள்:

இறால்	– ½ கிலோ
கடலை பருப்பு	– 100 கிராம்
பெரிய வெங்காயம்	– 2
தக்காளி	– 2
பச்சை மிளகாய்	– 2
இஞ்சி	– 1 சிறு துண்டு
புளி	– பெரிய நெல்லிக்காய் அளவு
பூண்டு	– 6 பல்
சோம்பு	– 1 ஸ்பூன்
மஞ்சள் தூள்	– 1 ஸ்பூன்
கலந்த மிளகாய் தூள்	– 3 ஸ்பூன்.
உப்பு	– தேவையான அளவு

கருவேப்பிலை,
கொத்தமல்லி   – சிறிதளவு

சமைக்கும் விதம்:

❖ இறாலைத் தோல் உரித்துக் கழுவிச் சுத்தம் செய்து வைத்துக்
கொள்ளவும்.

❖ வெங்காயம், தக்காளியை, பச்சை மிளகாயைப் பொடியாக
நறுக்கிக் கொள்ளவும்.

❖ பின் கடலைப் பருப்பை ½ மணி நேரம் ஊறவைத்து எடுத்து
அத்துடன் இஞ்சி, பூண்டு பச்சை மிளகாய், சோம்பு சேர்த்து
மிக்சியில் போட்டு கரகரப்பாக அரைத்துக்கொள்ளவும்.
கூடவே தேவையான அளவு உப்பு போட்டு கலந்து
கொள்ளவும்.

❖ புளியைக் கெட்டியாகக் கரைத்து ஒரு பாத்திரத்தில் புளிக்
கரைசல் எடுத்துக் கொள்ளவும். அதனுடன் மஞ்சள் தூள்,
மிளகாய் தூள் சேர்த்து கரைத்துக்கொள்ளவும்.

❖ அடுத்ததாக வாணலியில் எண்ணெய் ஊற்றிக் காய்ந்த பிறகு
பிசைந்து வைத்துள்ள கடலை மாவைச் சிறு சிறு வடைக
ளாகத் தட்டிப் போட்டுச் சிறு தீயில் பொன்னிறமாகச் சுட்டு
எடுத்துக் கொள்ளவும்.

❖ அடுத்தபடியாக அடுப்பில் வாணலியை வைத்து எண்ணெய்
ஊற்றிக் கடுகு பொரிந்தவுடன், கறிவேப்பிலை, பொடியாக
நறுக்கிய வெங்காயம் போட்டு வதக்கவும். வெங்காயம்
சிவந்ததும் தக்காளியைச் சேர்த்து வதக்கவும். அடுத்து கழுவி
வைத்துள்ள இறாலையும் போட்டு வதக்கிக் கொள்ளவும்.

❖ எல்லாம் நன்கு வதங்கிய பிறகு அதனுடன் புளிக் கரைசலை
ஊற்றிக் கொதிக்கவிடவும். இறால் குழம்பு நன்றாகக்
கொதித்து வந்த பிறகு கொத்தமல்லித் தழை தூவி இறக்கி
வைத்து, சுட்டு வைத்திருக்கும் வடைகளை அதில் போடவும்.
10 நிமிடம் ஊற விட்டு எடுத்துப் பரிமாறவும்.

❖ காரசாரமான கமகமக்கும் இறால் மசால் வடை குழம்பு
தயார்.

தேவையான பொருள்கள்:

விரால் மீன்	– ½ கிலோ
சின்ன வெங்காயம்	– 150 கிராம்
தக்காளி	– 2
பூண்டு	– 10 பல்
புளி	– எலுமிச்சை அளவு
கடுகு	– ½ ஸ்பூன்
வெந்தயம்	– ¼ ஸ்பூன்
எண்ணெய்	– 50 மி.லி
உப்பு	– தேவையான அளவு
கருவேப்பிலை, கொத்தமல்லி	– சிறிதளவு

வறுத்து அரைக்க:

மிளகாய் வற்றல்	– 15
தனியா	– 6 ஸ்பூன்
சோம்பு	– 1 ஸ்பூன்

சமைக்கும் விதம்:

❖ விரால் மீனை வெட்டி துண்டுகள் போட்டு குடலை எடுத்து கழுவிச் சுத்தம் செய்து கொள்ளவும்.

❖ வறுத்து அரைக்கக் கொடுத்துள்ள சோம்பு, மிளகாய் வற்றல், தனியா மூன்றையும் அடுப்பில் வாணலி வைத்துச் சூடானதும் எண்ணெய் விடாமல் வறுத்தெடுத்து அரைத்துக் கொள்ளவும்.

❖ வெங்காயம், தக்காளியை பொடியாக நறுக்கிக்கொள்ளவும். பூண்டை தோல் உரித்து வைக்கவும்.

❖ புளியை கெட்டியாகக் கரைத்துக்கொள்ளவும். அந்தப் புளிக் கரைசலில் அரைத்து வைத்துள்ள மிளகாய், தனியா, சோம்பு விழுதைச் சேர்த்துக் கலக்கி வைக்கவும்.

❖ அடுத்து அடுப்பில் வானலி வைத்து எண்ணெய் ஊற்றிக் காய்ந்ததும் கடுகு பொரியவிட்டு வெந்தயம் தாளிக்கவும். பின் வெங்காயம், பூண்டைப் போட்டு வதக்கவும். கடைசியாக தக்காளி சேர்த்து வதக்கி புளிக்கரைசலை ஊற்றவும். மேலும் ஒரு தம்ளர் தண்ணீர் சேர்க்கவும். கொதிக்கவிடவும்.

❖ பச்சை வாசனை போனதும் மீனைப் போடவும். மேலும் ஒரு கொதி கொதிக்கவிட்டு கருவேப்பிலை, கொத்தமல்லித் தழை தூவி இறக்கவும்.

❖ சுவையான செட்டிநாட்டு விரால் மீன் குழம்பு தயார்.

87. மீன் வறுவல் குழம்பு

தேவையான பொருள்கள்:

வறுவலுக்குத் தேவையான பொருள்கள்:

வஞ்சர மீன்	– ¼ கிலோ (வேறு எந்த மீனையும் உபயோகிக்கலாம்)
இஞ்சி, பூண்டு விழுது	– 1 டேபிள் ஸ்பூன்
மஞ்சள் தூள்	– ¼ ஸ்பூன்
மிளகாய் தூள்	– 1 டேபிள் ஸ்பூன்
தனியாத்தூள்	– ½ ஸ்பூன்
எலுமிச்சை சாறு	– 3 ஸ்பூன்
உப்பு	– தேவையான அளவு
எண்ணெய்	– 100 மி.லி

குழம்புக்குத் தேவையான பொருள்கள்:

வெங்காயம்	– 2
தக்காளி	– 2
இஞ்சி பூண்டு விழுது	– 1 ஸ்பூன்
மஞ்சள் தூள்	– ½ ஸ்பூன்
மிளகாய் தூள்	– 1 ஸ்பூன்
தனியா தூள்	– ½ ஸ்பூன்
மஞ்சள் தூள்	– ½ ஸ்பூன்
சோம்பு	– ½ ஸ்பூன்

புளி   – பெரிய நெல்லிக்காய் அளவு

தேங்காய் பால்   – 1 கப்

உப்பு   – தேவையான அளவு

கருவேப்பிலை,
கொத்தமல்லித் தழை   – சிறிதளவு.

சமைக்கும் விதம்:

❖ மீனை துண்டுகள் போட்டு கழுவி நன்றாகச் சுத்தம் செய்து வைத்துக்கொள்ளவும்.

❖ பின் மஞ்சள் தூள், மிளகாய் தூள், தனியா தூள், இஞ்சி, பூண்டு விழுது, எலுமிச்சை சாறு சேர்த்து லேசாக தண்ணீர் விட்டு அனைத்தையும் நன்றாகக் கலந்து கொள்ளவும். இந்தக் கலவையில் மீன் துண்டுகளைப் போட்டுப் பிசறி 1 மணி நேரம் ஊறவிடவும்.

❖ மீன் துண்டுகள் நன்றாக ஊறிய பிறகு தோசைக்கல்லில் எண்ணெய் ஊற்றி அந்த மீன் துண்டுகளை காரசாரமாக பொறித்தெடுத்து வைக்கவும்.

❖ அடுத்து குழம்புக்கான ஏற்பாடுகள். வெங்காயம், தக்காளியை நீளவாக்கில் நறுக்கிக் கொள்ளவும். பச்சை மிளகாயை கீறி வைக்கவும்.

❖ புளியை கெட்டியாகக் கரைத்துக் கொள்ளவும்.

❖ வாணலியில் எண்ணெய் ஊற்றிக் காய்ந்தபிறகு சோம்பு, கருவேப்பிலை தாளித்து வெங்காயம், பச்சை மிளகாயை போட்டு வதக்கவும். வெங்காயம் நன்கு வதங்கியதும் இஞ்சி, பூண்டு விழுது போட்டு வதக்கி பச்சை வாசனை போனதும் தக்காளியைப் போட்டு வதக்கவும். பின் மஞ்சள் தூள், மிளகாய் தூள், தனியா தூள், போட்டுப் பிரட்டி புளிக் கரைசலை ஊற்றி கொதிக்கவிடவும். புளிக் கரைசல் வாசனை போனதும் தேங்காய் பால் ஊற்றி தேவையான அளவு உப்பு சேர்த்து மேலும் கொதிக்கவிடவும். குழம்பு கெட்டியானதும் கொத்தமல்லித் தழை தூவி இறக்கி வைத்து பொரித்தெடுத்த மீன் துண்டுகளை குழம்பில் போடவும்.

❖ அவ்வளவுதான், ருசியான மீன் வறுவல் குழம்பு ரெடி.

தேவையான பொருள்கள்:

ஏதாவது ஒரு மீன்	– ½ கிலோ
சின்ன வெங்காயம்	– 10
பூண்டு	– ஒரு முழு பூண்டு
சுக்கு	– 1 சிறிய துண்டு
மிளகு	– 2 ஸ்பூன்
ஓமம்	– 2 ஸ்பூன்
பெருங்காயம்	– ½ ஸ்பூன்
மிளகாய் வற்றல்	– 6
தனியா	– 3 ஸ்பூன்
புளி	– ஒரு எலுமிச்சை அளவு
தேங்காய் துருவல்	– 1கப்
நல்லெண்ணெய்	– 3 டேபிள் ஸ்பூன்
கறிவேப்பிலை	– 5 கொத்து

சமைக்கும் விதம்:

❖ மீனை துண்டுகள் போட்டு கழுவிச் சுத்தம் செய்து வைக்கவும்.

❖ வெங்காயம், பூண்டை தோல் உரித்து வைத்துக்கொள்ளவும்

❖ புளியை கெட்டியாகக் கரைத்துக்கொள்ளவும்.

❖ சுக்கு, ஓமத்தை பொடித்து வைக்கவும்.

❖ அடுத்து அடுப்பில் வாணலி வைத்து எண்ணெய் ஊற்றிக் காய்ந்ததும் மிளகு, மிளகாய் வற்றல், தனியா போட்டு சிவக்க வறுக்கவும். பின்னர் அதனுடனே கருவேப்பிலை, வெங் காயம், முழுப் பூண்டில் பாதி போட்டு வதக்கி, வெங்காயம் நன்கு வதங்கியதும் தேங்காய் துருவல் போட்டு மேலும் வதக்கவும்.

❖ தேங்காய் பொன் வறுவலாக வதங்கியதும் பெருங்காயம் தூவி, பொடித்து வைத்துள்ள சுக்கு, ஓமத்தை சேர்க்கவும்.

மேலும் சற்று நேரம் தேங்காய் நிறம் மாறும்வரை வரை வறுத்
தெடுத்து இறக்கவும். சூடு ஆறியதும் மிக்சியில் போட்டு
விழுதாக அரைத்துக்கொள்ளவும்.

❖ பின் புளிக்கரைசலில் அரைத்தெடுத்த விழுதையும் தேவை
யான அளவு உப்பையும் போட்டுக் கொதிக்கவிடவும். ஒரு
கொதி வந்ததும் மீன் துண்டுகளையும் மீதமிருக்கும் பூண்டை
யும் போட்டு மேலும் கொதிக்கவிடவும்.

❖ குழம்பு நன்கு கொதித்து வாசனை வந்ததும் கொத்தமல்லித்
தழை தூவி இறக்கவும்.

❖ புளிப்பும் காரமான இந்த வறுத்து அரைத்த குழம்பை பிரசவத்
துக்குப் பின் தாய் தினமும் சாப்பாட்டில் சேர்த்துக்கொண்டால்
வாய்க்கு சுவையாகவும் வாயு, மற்றும் அஜீரனக் கோளாறு
ஏற்படாமலும் பலவீனமான உடல்நிலைக்கு பலம் சேர்த்தும்
உதவும்.

89. தேங்காய் பால் மீன் குழம்பு

தேவையான பொருள்கள்:

ஏதாவது ஒரு மீன்	– ½ கிலோ
பெரிய வெங்காயம்	– 2
தக்காளி	– 3
பச்சைமிளகாய்	– நான்கு
இஞ்சி	– ஒரு அங்குலத்துண்டு
பூண்டு	– 6 பல்
தேங்காய் பால்	– 2 கப்
மஞ்சள் தூள்	– ½ ஸ்பூன்
கலந்த மிளகாய்த்தூள்	– 1 ஸ்பூன்
கடுகு	– 1 ஸ்பூன்
எலுமிச்சை சாறு	– 1 டேபிள் ஸ்பூன்
எண்ணெய்	– 100 மி.லி
உப்பு	– தேவையான அளவு
கறிவேப்பிலை	– ஒரு கொத்து
கொத்தமல்லி	– கைப்பிடி அளவு

சமைக்கும் விதம்:

❖ மீனை துண்டுகள் போட்டு நன்கு கழுவிச் சுத்தம் செய்து கொள்ளவும்.

❖ வெங்காயம், தக்காளியை பொடியாக நறுக்கிக் கொள்ளவும். பச்சை மிளகாயை கீறி வைக்கவும். இஞ்சி, பூண்டை தோல் உரித்துக்கொண்டு லேசாக நசுக்கி வைக்கவும்.

❖ அடுத்து வாணலியில் எண்ணெய் ஊற்றிக் காய்ந்ததும் கடுகு போட்டு பொரியவிட்டு வெங்காயம், கருவேப்பிலை போட்டு வதக்கவும். வெங்காயம் பொன்னிறமாக வதங்கியதும் தக்காளி யைப் போட்டு வதக்கவும். கூடவே இஞ்சி, பூண்டு போட்டு வதக்கி மஞ்சள் தூள், மிளகாய் தூள் போட்டுப் பிரட்டி தேங்காய் பாலை ஊற்றவும். கூடவே அரை தம்ளர் தண்ணீர் ஊற்றிக் கலக்கி கொதிக்கவிடவும்.

❖ குழம்பு கொதித்து கெட்டியானதும் எலுமிச்சை சாறு ஊற்றிக் கலந்து மீன் துண்டுகளைக் குழம்பில் போடவும். மேலும் ஒரு கொதி கொதிக்கவிட்டு கொத்தமல்லித் தழை தூவி இறக்கவும்.

❖ தேங்காய் பால் மீன் குழம்பு தயார்.

90. பொடி அயிரை மீன் குழம்பு

தேவையான பொருள்கள்:

அயிரை மீன்	–	1 கிலோ
மிளகாய் வற்றல்	–	15 முதல் 20 வரை
தனியா	–	25 கிராம்
சீரகம்	–	½ ஸ்பூன்
முழு தேங்காய்	–	2
புளி	–	200 கிராம்
நல்லெண்ணெய்	–	¼ கிலோ
மஞ்சள் தூள்	–	¼ ஸ்பூன்
உப்பு	–	தேவையான அளவு

சமைக்கும் விதம்:

❖ உயிருள்ள பொடி அயிரை மீனை பாலில்தான் கழுவவேண்டும். அரை லிட்டர் பசும்பாலில் அயிரை மீனைப் போடவும். சற்று நேரத்தில் மீன்கள் பாலைக் குடித்து அழுக்கைக் கக்கி இறந்து விடும். பின் அதை அப்படியே எடுத்து அலசி தனியே வைத்துக் கொள்ளவும்.

❖ அடுத்து மிளகாய் வற்றல், தனியா, சீரகம் மூன்றையும் வாணலியில் ஒரு ஸ்பூன் எண்ணெய் விட்டு லேசாக வறுத்து அரைத்துக்கொள்ளவும்.

❖ பின் இரண்டு தேங்காயையும் உடைத்து அரைத்து பால் எடுத்துக்கொள்ளவும்.

❖ பிறகு புளியைத் தண்ணீரில் கரைத்து எடுத்து வடிகட்டி கொண்டு அதிலேயே மஞ்சள் தூள், அரைத்த மிளகாய், தனியா, சீரக விழுதைப் போட்டுக் கலக்கவும்.

❖ அடுப்பில் வாணலி வைத்து அதில் முதலில் புளித்தண்ணீரை ஊற்றிக் கொதிக்கவிடவும். புளித் தண்ணீர் நன்கு கொதிக்க ஆரம்பித்ததும் தேங்காய் பால் ஊற்றவும். 50 கிராம் நல் லெண்ணையை மேலே சுற்றிலும் ஊற்றவும். தேவையான அளவு உப்பு போட்டு மேலும் சிறிது நேரம் கொதித்ததும். கழுவின மீனை குழம்பில் சேர்க்கவும்.

❖ மீன் வெந்து குழம்பு கொதித்துச் சுண்டியதும் கொத்தமல்லித் தழை தூவி இறக்கவும்.

❖ மிக மிகச் சுவையான அயிரை மீன் குழம்பு தயார்.

91. இறால் தொக்கு

தேவையான பொருள்கள்:

இறால்	– ½ கிலோ
பெரிய வெங்காயம்	– 2
தக்காளி	– 2
இஞ்சி பூண்டு விழுது	– 1 டேபிள் ஸ்பூன்
மஞ்சள் தூள்	– ½ ஸ்பூன்

வெறும் மிளகாய்த்தூள்	– 1 டேபிள் ஸ்பூன்
கடுகு, உளுத்தம்பருப்பு	– ½ ஸ்பூன்
எண்ணெய்	– 100 மி.லி
உப்பு	– தேவையான அளவு

சமைக்கும் விதம்:

❖ இறாலை தோல் உரித்துச் சுத்தம் செய்து மஞ்சள் தூள் போட்டுப் பிரட்டி வைத்துக்கொள்ளவும்.

❖ வெங்காயம், தக்காளியை பொடியாக நறுக்கி வைக்கவும்.

❖ அடுத்து வாணலியில் எண்ணெய் ஊற்றிக் காய்ந்ததும் கடுகு உளுத்தம்பருப்பு தாளித்து வெங்காயம், இஞ்சி, பூண்டு விழுதைப் போட்டு வதக்கவும். பச்சை வாசனை போனதும் தக்காளியைச் சேர்த்து கூழாகும்வரை வதக்கி மிளகாய் தூள் சேர்த்துப் பிரட்டவும்.

❖ எல்லாம் நன்கு வதங்கியதும் இறால், தேவையான அளவு உப்பு சேர்த்துப் பிரட்டி மூடி போட்டு மூடவும். சில நிமிடங்கள் கழித்து மூடியைத் திறந்தால் இறாலிலிருந்து தண்ணீர் விட்டிருக்கும். அந்தத் தண்ணீர் சுண்டி தொக்கு திரண்டு எண்ணெய் பிரிந்து வந்ததும் கருவேப்பிலை, கொத்த மல்லித் தழை தூவி இறக்கவும்.

❖ சுவையான இறால் தொக்கு தயார்.

92. செட்டிநாட்டு இறால் ஸ்பெஷல் ஃபிரை

தேவையான பொருள்கள்:

இறால்	– ¼ கிலோ
சின்ன வெங்காயம்	– 100 கிராம்
தக்காளி	– 1
பச்சை மிளகாய்	– 2
இஞ்சி பூண்டு விழுது	– 1 டேபிள் ஸ்பூன்
மஞ்சள் தூள்	– ¼ ஸ்பூன்
கலந்த மிளகாய் தூள்	– 2 ஸ்பூன்
கறிவேப்பிலை	– சிறிதளவு

| தேங்காய் எண்ணெய் | – 2 டேபிள் ஸ்பூன் |
| உப்பு | – தேவையான அளவு |

சமைக்கும் விதம்:

❖ இறாலை தோல் உரித்துச் சுத்தம் செய்து கழுவி மஞ்சள் தூள் போட்டுப் பிரட்டி வைக்கவும்.

❖ வெங்காயம், தக்காளியை நறுக்கிக்கொள்ளவும். பச்சை மிளகாயை கீறிக்கொள்ளவும்.

❖ பின் வாணலியில் ஒரு ஸ்பூன் எண்ணெய் ஊற்றி இறாலைப் போட்டு வதக்கி எடுக்கவும்.

❖ வதக்கின இறாலில் நறுக்கி வைத்த வெங்காயம், தக்காளி, பச்சை மிளகாய், மிளகாய் தூள், இஞ்சி, பூண்டு விழுது அனைத் தையும் சேர்த்துப் பிரட்டி ஒரு மணிநேரம் ஊறவிடவும்.

❖ கடைசியாக வாணலியில் மிச்சமிருக்கும் தேங்காய் எண் ணெயை ஊற்றி, ஊற வைத்திருக்கும் இறால் கலவையைப் போட்டு சிறு தீயில் சிவக்க வதக்கவும். புரட்டிப் புரட்டி நன்கு வதக்க வதக்க வறுவல் சிவந்து வந்ததும் இறக்கவும்.

❖ அட்டகாசமான இந்த இறால் தொக்கு சாம்பார், ரசம் சாதத் துக்கு தொட்டுக்கொள்ள மிகச் சுவையாக இருக்கும். இந்த வறுவலை வெள்ளைச் சாதத்திலேயே போட்டு பிசைந்தும் சாப்பிடலாம்.

93. இறால் கீரை பொரியல்

தேவையான பொருள்கள்:

இறால்	– ¼ கிலோ
முருங்கைக்கீரை	– ½ கட்டு
பசலைக்கீரை	– 1 கட்டு
கத்திரிக்காய்	– 1
பெரிய வெங்காயம்	– 1
பச்சை மிளகாய்	– 2

| தேங்காய் | – ½ மூடி |
| உப்பு | – ½ ஸ்பூன் |

பொரிமாத்தூள் செய்ய:

| பச்சை அரிசி | – ¼ கப் |
| பெருஞ்சீரகம் | – 1 ஸ்பூன் |

தாளிக்க:

கடுகு	– ½ ஸ்பூன்
மிளகாய் வற்றல்	– 2
எண்ணெய்	– 2 டேபிள் ஸ்பூன்

சமைக்கும் விதம்:

❖ இறாலை தோல் உரித்துச் சுத்தம் செய்து வைக்கவும்.

❖ அடுத்து பொரிமாத்தூள் செய்துகொள்ளவேண்டும். அதற்கு அரிசியை வெறும் வாணலியில் தீய்ந்து போகாமல் வறுத்து, கூடவே பெருஞ்சீரகத்தையும் சேர்த்து வறுத்துக் கொள்ள வேண்டும். ஆறியதும் மிக்ஸியில் போட்டு ரவா போல் உடைத்துக் கொள்ளவும்.

❖ தேங்காயை துருவிக் கொள்ளவும். கத்தரிக்காய், வெங்காயம், பச்சை மிளகாயை பொடியாக நறுக்கி வைக்கவும்.

❖ அடுத்து, அடுப்பில் பாத்திரம் வைத்து, ஒரு தம்ளர் தண்ணீர் ஊற்றிக் கொதிக்கவிடவும். அதில் இறாலையும் நறுக்கி வைத்துள்ள கத்தரிக்காய், வெங்காயம், பச்சை மிளகாயையும் போட்டு வேக வைக்கவும்.

❖ இறாலும், காய்களும் வெந்த பிறகு, அதிலேயே கீரைகளை அலசிப் போடவும். தேங்காய் துருவல், பொரிமாத் தூள் போட்டு அழுத்தமாக மசித்துக் கிளறவும். கீரையும் நன்றாக வெந்து குழைந்தவுடன் இறக்கி கடுகு, மிளகாய் வற்றல் தாளித்து சூடாகப் பரிமாறவும்.

❖ இதை தோசை, சப்பாத்திக்கு தொட்டுக் கொள்ளவும் செய்ய லாம். தனியாகவும் சாப்பிடலாம். அசைவப் பிரியர்களுக்கு அலாதியான உணவு இது.

தேவையான பொருள்கள்:

சீலா மீன்	–	¼ கிலோ
வெங்காயம்	–	¼ கிலோ
பச்சை மிளகாய்	–	6
இஞ்சி	–	ஒரு அங்குலத்துண்டு
பூண்டு	–	6 பல்
மஞ்சள் தூள்	–	1/3 ஸ்பூன்
கலந்த மிளகாய் தூள்	–	1 டேபிள் ஸ்பூன்
கடுகு, உளுந்தம் பருப்பு	–	½ ஸ்பூன்
எண்ணெய்	–	50 மி.லி
உப்பு	–	தேவையான அளவு
கருவேப்பிலை, கொத்தமல்லித் தழை	–	சிறிதளவு

சமைக்கும் விதம்:

❖ முதலில் மீனை நன்கு அலசிக் கழுவிக் கொள்ளவும்

❖ பின் மீனை இட்லிப் பாத்திரத்தில் வேகவைத்து எடுத்துபின் அதை பொடித்துக்கொள்ளவும்.

❖ பொடித்துகொண்ட மீனோடு மஞ்சள் தூள், மிளகாய் தூள் போட்டு பிசறி வைக்கவும்.

❖ அடுத்து வெங்காயம், பச்சை மிளகாய், இஞ்சி, பூண்டு அனைத்தையும் பொடியாக நறுக்கிக்கொள்ளவும்.

❖ பின் அடுப்பில் வாணலி வைத்து எண்ணெய் ஊற்றிக் காய்ந்ததும் கடுகு, உளுத்தம்பருப்பு, கருவேப்பிலை தாளித்து வெங்காயம், பச்சை மிளகாய், இஞ்சி, பூண்டு இவற்றைப் போட்டு நன்கு வதக்கவும். பின் பிசறி வைத்துள்ள மீனை போட்டு வதக்கவும். சிறு தீயாக வைத்து பிரட்டி பிரட்டிப் போட்டு மிளகாய் தூள் நெடி போய் சிவந்து வரும்வரை வேகவிட்டு இறக்கவும். கொத்தமல்லித் தழை தூவி பரிமாறவும்.

தேவையான பொருள்கள்:

சீலா மீன்	– ½ கிலோ
கடலைப்பருப்பு	– 3 ஸ்பூன்
உளுத்தம்பருப்பு	– 3 ஸ்பூன்
மஞ்சள் தூள்	– ½ ஸ்பூன்
மிளகாய் தூள்	– 4 ஸ்பூன்
தனியாத் தூள்	– 4 ஸ்பூன்
மிளகாய் வற்றல்	– 5
மிளகு	– 2 ஸ்பூன்
எலுமிச்சம் பழம்	– 1
கடுகு	– 1 ஸ்பூன்
எண்ணெய்	– 100 மி.லி
உப்பு	– தேவையான அளவு
கருவேப்பிலை	– ஒரு கொத்து

சமைக்கும் விதம்:

❖ முதலில் மீனை நன்கு கழுவி சுத்தம் செய்து வைத்துக் கொள்ளவும்.

❖ ஒரு கிண்ணத்தில் மஞ்சள் தூள், மிளகாய் தூள், தனியாத் தூள், தேவையான அளவு உப்பு இவற்றுடன் எலுமிச்சை சாறு, லேசாக தண்ணீர் விட்டு விழுதாக பிசைந்து கொண்டு அதில் மீனைப் போட்டு நன்கு ஊற வைக்கவும். ஒரு மணி நேரத்துக் கும் மேலாக எவ்வளவு நேரம் ஊற விடுகிறீர்களோ அவ் வளவு சுவையாக இருக்கும்.

❖ அடுத்து வாணலியில் கடுகு, மிளகு, மிளகாய் வற்றல், கடலைப்பருப்பு, உளுத்தம்பருப்பு, கருவேப்பிலை ஆகிய வற்றை தீய்ந்து போகாமல் வறுத்து, ஆற வைத்து பொடி செய்து எடுத்துக்கொள்ளவும்.

❖ பின் மிளகாய் தூள் விழுதில் ஊறவைத்துள்ள மீனை எடுத்து கடைசியாக அரைத்து எடுத்துள்ள மசாலாவில் இரண்டுபுற

மும் முக்கியெடுத்து அடுப்பில் தோசைக்கல்லில் எண்ணெய் விட்டு பொரித்தெடுக்கவும்.

❖ மீனைப் பொரிக்கும்போது சிறுதீயாக வைத்துக்கொள்வது நல்லது. இரண்டு புறமும் திருப்பிப்போட்டு பொன்முறுவலாக எடுத்தால் செட்டிநாட்டு சீலாமீன் வறுவல் தயார். இது எல்லா வகை சாதத்துக்கும் தொட்டுக்கொள்ள ஜோராக இருக்கும்.

96. சுறா மீன் கட்லெட்

தேவையான பொருள்கள்:

சுறா மீன்	– ½ கிலோ
பெரிய வெங்காயம்	– ¼ கிலோ
முட்டை	– 1
மஞ்சள் தூள்	– 1 ஸ்பூன்
மிளகாய் தூள்	– 1 ஸ்பூன்
மிளகுத் தூள்	– 1 ஸ்பூன்
பச்சை மிளகாய்	– 6
இஞ்சி, பூண்டு விழுது	– 1 டேபிள் ஸ்பூன்
பிரட் தூள்	– 2 கப்
எலுமிச்சை சாறு	– 1 டேபிள் ஸ்பூன்
கொத்தமல்லித் தழை	– கைப்பிடி அளவு
எண்ணெய்	– 100 மி.லி
உப்பு	– தேவையான அளவு

சமைக்கும் விதம்:

❖ சுறா மீன் துண்டுகள் போட்டு சுத்தம் செய்துகொண்டு கொஞ்சம் மஞ்சள் தூள் போட்டு வேகவைக்கவும். மீன் வெந்ததும் இறக்கி ஆறவிட்டு முட்களை எடுத்து விட்டு தூளாக்கி உதிர்த்துக் கொள்ளவும். உதிர்த்த மீனுடன் மிளகாய் தூள், தேவையான அளவு உப்பு சேர்த்து கலந்து வைக்கவும்.

❖ அடுத்து முட்டையை ஒரு பாத்திரத்தில் உடைத்து ஊற்றி அத்துடன் இரண்டு சிட்டிகை உப்பு, மிளகுத் தூள் சேர்த்துக் கலந்து நன்கு அடித்து வைக்கவும்.

❖ வெங்காயம், பச்சை மிளகாயை பொடியாக நறுக்கி வைக்கவும்.

❖ பின் வாணலியில் எண்ணெய் ஊற்றிக் காய்ந்ததும் இஞ்சி, பூண்டு விழுது, வெங்காயம், பச்சை மிளகாய் சேர்த்து நன்கு வதக்கவும். வதக்கியதை பொடித்து வைத்துள்ள சுறா மீன் கலவையோடு கொட்டி, கூடவே எலுமிச்சைச் சாறு சேர்த்துப் பிசைந்து உருண்டை பிடித்துக்கொள்ளவும்.

❖ கடைசியாக முட்டைக் கலவையில் உருண்டைகளை நனைத்து பின் அதை பிரட் தூளில் பிரட்டி வாணலியில் எண்ணெயில் விட்டுப் பொன் நிறமாக பொரித்து எடுக்கவும்.

❖ சூப்பர் மீன் கட்லெட் தயார். சுறா மீனைப் போலவே மற்ற மீன்களையும் கட்லெட்டுக்கு பயன்படுத்திக்கொள்ளலாம்.

97. மீன் மசாலா வறுவல்

தேவையான பொருள்கள்:

ஏதாவது ஒரு மீன்	— ½ கிலோ
சிறிய வெங்காயம்	— 8
மைதா	— 4 ஸ்பூன்
மஞ்சள் தூள்	— ½ ஸ்பூன்
மிளகாய்த் தூள்	— 2 ஸ்பூன்
தனியாத் தூள்	— 2 ஸ்பூன்
சீரகத் தூள்	— 1 ஸ்பூன்
இஞ்சி, பூண்டு விழுது	— 1 ஸ்பூன்
எலுமிச்சம் பழச்சாறு	— 2 ஸ்பூன்
எண்ணெய்	— ¼ கிலோ
உப்பு	— தேவையான அளவு
கருவேப்பிலை	— 4 கொத்து
கொத்தமல்லித்தழை	— கைப்பிடி அளவு

சமைக்கும் விதம்:

❖ மீனைக் கழுவிச் சுத்தம் செய்து துண்டுகளாக்கிக் கொள்ளவும்.

❖ வெங்காயம், கருவேப்பிலை, கொத்தமல்லித்தழை மூன்றை
யும் சேர்த்து விழுதாக அரைத்துக் கொள்ளவும்.

❖ அடுத்து அரைத்துள்ள விழுதுடன் மஞ்சள் தூள், மிளகாய்த்
தூள், தனியாத் தூள், சீரகத்தூள், இஞ்சி பூண்டு விழுது, தேவை
யான அளவு உப்பு சேர்த்துக் கலந்து கெட்டியான மசாலா தயார்
செய்து கொள்ளவும்.

❖ இந்த மசாலாவை மீன் துண்டின் இரு புறங்களிலும் நன்கு
தடவி விடவும். பின் அதற்கு மேல் மைதா மாவை தூவி 1
மணி நேரம்வரை ஊற வைக்கவும்.

❖ பின் தோசைக்கல்லில் எண்ணெய் ஊற்றிக் காய்ந்ததும் சிறு
தீயில் மீனை இரண்டு பக்கமும் திருப்பிப் போட்டு
பொன்னிறமாகப் பொரித்தெடுக்கவும்.

98. வஞ்சிர மீன் வறுவல்

தேவையான பொருள்கள்:

வஞ்சிர மீன்	–	½ கிலோ
சின்ன வெங்காயம்	–	5
மிளகாய் வற்றல்	–	10
சோம்பு	–	1 ஸ்பூன்
தேங்காய்த் துருவல்	–	4 ஸ்பூன்
மஞ்சள் தூள்	–	1 ஸ்பூன்
புளி	–	சிறிய நெல்லிக்காய் அளவு
கொத்துமல்லித் தழை	–	கைப்பிடி அளவு
சமையல் எண்ணெய்	–	¼ கிலோ
உப்பு	–	தேவையான அளவு

சமைக்கும் விதம்:

❖ முதலில் மீனைக் கழுவிச் சுத்தம் செய்யவும்.

❖ அடுத்து சோம்பு, சின்ன வெங்காயம், மிளகாய் வற்றல்,
தேங்காய்த் துருவல், புளி, தேவையான அளவு உப்பு
அனைத்தையும் சேர்த்து ஒன்றாக அரைக்கவும்.

❖ அரைத்த கலவையை மீன் துண்டுகளின் இரண்டு பக்கமும் தடவி 1 மணிநேரம் ஊறவைக்கவும்.

❖ பின் அடுப்பில் தோசைக்கல்லை வைத்து எண்ணெய் ஊற்றி மீன் துண்டுகளைப் போட்டு இரண்டு பக்கமும் வேக விட்டு பொன்னிறத்தில் பொரித்தெடுக்கவும். கொத்தமல்லித் தழை தூவி, அழகாகப் பரிமாறவும்.

99. செட்டிநாட்டு சுறா மீன் புட்டு

சுறா வாங்கும்போது கறுப்பாக உள்ள சுறாவை வாங்கக் கூடாது. அது எருமை சுறா. சீக்கிரத்தில் வேகாது என்பதோடு சுவையாகவும் இருக்காது. வெள்ளை நிறத்தில் இருக்கும் சுறாவைத்தான் வாங்க வேண்டும். அதுதான் பால் சுறா. நல்ல ருசியாக இருக்கும். சீக்கிரத்திலும் வெந்து விடும்.

தேவையான பொருள்கள்:

நல்ல பால் சுறா	– ½ கிலோ
பெரிய வெங்காயம்	– 2
பச்சை மிளகாய்	– 5
பூண்டு	– 10 பல்
கொத்தமல்லி	– 1 கைப்பிடி
கறிவேப்பிலை	– 1 கொத்து
மஞ்சள் தூள்	– ½ டி ஸ்பூன்
பச்சை மிளகாய் தூள்	– 2 டி ஸ்பூன்
சோம்பு	– ½ டிஸ்பூன்
உப்பு	– தேவையான அளவு
எண்ணெய்	– ஒரு குழி கரண்டி

சமைக்கும் விதம்:

❖ வெள்ளையாக இருக்கும் பால் சுறாவை துண்டுகளாக்கி நன்றாக கழுவிக் கொள்ளவும். பின் அதை மஞ்சள் தூள் போட்டு வேக வைத்து எடுத்துக் கொள்ளவும்.

❖ நல்ல பால் சுறா சீக்கிரத்திலேயே வெந்து விடும். வெந்த சுறாவை தோல் நீக்கி நடு முள் எடுத்து விட்டு சதையை உதிர்த்து வைக்கவும்.

❖ பின் அதனுடன் தேவையான அளவு உப்பு, மிளகாய் தூள் போட்டு பிசைந்து வைக்கவும். வெங்காயம், பூண்டு, பச்சை மிளகாயை பொடியாக நறுக்கிக் கொள்ளவும்.

❖ அடுத்ததாக அடுப்பில் வாணலி வைத்து எண்ணெய் ஊற்றிக் காய்ந்ததும் சோம்பு தாளித்து பொடியாக வெட்டி வைத்துள்ள வெங்காயம், பூண்டு, பச்சை மிளகாய் போட்டு நன்றாக வதக்கவும். பிறகு பிசைந்து வைத்துள்ள மீனை நன்றாக உதிர்த்துப் போட்டு கிளறவும்.

❖ மிளகாய்த்தூள் நெடி போகும்வரை வதக்கி நன்கு கிளறி எடுத்து இறக்கவும். கொத்தமல்லித் தழை தூவி பரிமாறவும்.

❖ அவ்வளவுதான் ருசியான செட்டிநாட்டு சுறா புட்டு தயார்.

100. செட்டிநாட்டு நண்டு வறுவல்

தேவையான பொருள்கள்:

பெரிய நண்டு	– 1 கிலோ (5 அல்லது 6 வரும்)
வெங்காயம்	– 6
மிளகாய் வற்றல்	– 8
தனியா	– 2 டீஸ்பூன்
சீரகம்	– 1 டீ ஸ்பூன்
தேங்காய்	– 2 பத்தை
கடுகு	– 1 டீஸ்பூன்
எண்ணெய்	– ¼ கிலோ
உப்பு	– தேவையான அளவு

சமைக்கும்விதம்:

❖ முதலில் நண்டுகளை சுத்தம் செய்து துண்டுகளாக்கிக் கொள்ளவும்.

❖ அடுத்ததாக சின்ன வெங்காயம், தேங்காய், மிளகாய் வற்றல், கடுகு, தனியா, சீரகம் எல்லாவற்றையும் விழுதாக நன்கு அரைத்துக் கொள்ளவும்.

❖ அரைத்த விழுதை நண்டுடன் சேர்த்து கூடவே மஞ்சள் தூள், தேவையான அளவு உப்பு சேர்த்து பிசறிப் பிறட்டி அரைமணி நேரம்15 நிமிடம் ஊற வைக்கவும்.

❖ கடைசியாக அடுப்பில் வாணலி வைத்து எண்ணெய் ஊற்றிக் காய்ந்ததும் பிசறி வைத்துள்ள நண்டைப் போட்டு சிவக்க பொரித்தெடுக்கவும்.

❖ அவ்வளவுதான் சுவையான செட்டிநாட்டு நண்டு வறுவல் ரெடி.

www.ingramcontent.com/pod-product-compliance
Lightning Source LLC
LaVergne TN
LVHW091718190726
843493LV00001B/364